திசையெலாம் தமிழர்

திசையெலாம் தமிழர்

அ. பாண்டியராஜன்

ZDP
SPECIFICS

Title: Thisaiyelam Tamizhar
Author's Name: A. Pandiyarajan

Published by ZDP Specifics

ZDP
SPECIFICS

(An imprint of Zero Degree Publishing)
No.75 & 76, I Floor, Kuppusamy Street,
Balaji Nagar, Padi,
Chennai - 600050

Website: www.zerodegreepublishing.com
E Mail id: zerodegreepublishing@gmail.com
Phone: 89250 61999

ZDP Specifics First Edition: May 2026
ISBN:978-93-47206-86-3
TITLE NO ZDPS:140

Cover Design & Layout: Vijayan, Creative Studio

பொருளடக்கம்

அரவிந்த் ஸ்ரீனிவாஸ்

'*Who is Aravind Srinivas?*'. முப்பத்தொரு வயதான ஒரு தமிழர் இந்திய இளம் கோடீஸ்வரர்கள் பட்டியலில் இணைந்தபோது உலகம் முழுவதிலுமிருந்த இணையவாசிகள் அரவிந்த் ஸ்ரீனிவாஸை இப்படித்தான் தேடினர்.

சென்னை ஐ.ஐ.டி. மாணவர் அரவிந்த் ஸ்ரீனிவாஸ். செயற்கை நுண்ணறிவுத் துறையில் தவிர்க்க முடியாத இடத்தைப் பெற்றிருக்கிறார். இந்தியாவின் இளம் கோடிஸ்வரர்களில் ஒருவர். தொழில்நுட்பத்தை எதிர்கால இலக்காகக்கொண்டு செயல்படும் இளம் தலைமுறையினருக்கு நம்பிக்கை நட்சத்திரமாக இருக்கிறார். அவருடைய தற்போதைய சொத்து மதிப்பு சுமார் இருபத்து இரண்டாயிரம் கோடி என மதிப்பிடப்பட்டிருக்கிறது.

*1994*ஆம் ஆண்டு சென்னையில் பிறந்த அரவிந்த்துக்கு அறிவியலிலும் தொழில் நுட்பத்திலும் சிறுவயதிலிருந்தே ஆர்வம் அதிகம். வீட்டிலிருந்த மின்னணுப் பொருட்கள் எப்படி வேலை செய்கிறதென உண்மையாகவே பிரித்துப் பார்த்துக் கற்றுக்கொண்டவர். தொழில்நுட்ப அறிவும் வணிக உத்திகளும் கைவரப்பெற்றுவிட்டால் வளர்ச்சியின் பாதையில் எந்தத் தடையும் இருக்காது என்பதைக் கல்லூரியில் படிக்கும்போதே உணர்ந்தவர் அரவிந்த்.

மகனை ஆகச்சிறந்த பொறியியல் கல்லூரியில் படிக்க வைக்க வேண்டுமென்ற அரவிந்த்துடைய அம்மாவின் ஆசை அவரை சென்னை ஐஐடிக்குள் அழைத்துச் சென்றது. 2012ஆம் ஆண்டு சென்னை ஐஐடியில் மின்சாரப் பொறியியலில் இளங்கலை மற்றும் முதுகலைப் பாடப்பிரிவில் சேர்ந்தார்.

அவருடைய பாடத்திட்டத்தில் இல்லாத இயந்திரக் கற்றல் மற்றும் செயற்கை நுண்ணறிவுப் பாடங்களை சுய ஆர்வத்தோடு கற்றார். இப்போது அசுரப் பாய்ச்சலில் வளர்ந்துவிட்ட செயற்கை நுண்ணறிவுத் துறை அன்றைக்கு இவ்வளவு வேகத்தோடு இல்லை. ஆனால் இதுதான் எதிர்காலம் என்பதைச் சரியாகக் கணித்திருந்தார். பட்டப் படிப்பைத் தொடர்ந்து 2021ஆம் ஆண்டு கலிபோர்னியா பல்கலைக்கழகத்தில் கணினி அறிவியலில் முனைவர் பட்டமும் பெற்றார்.

கல்லூரிப் படிப்பைப் படித்து முடித்த அரவிந்த் ஓப்பன்ஏஐ நிறுவனத்தில் ஆராய்ச்சியாளராகப் பணிக்குச் சேர்ந்தார். படம் பார்த்து உரை எழுதுவது, உரையைப் படித்துப் படமாக மாற்றுவது போன்ற செயற்கை நுண்ணறிவு மாதிரிகளை உருவாக்கும் பணிகளில் நிபுணத்துவம் பெற்றார். பெர்ப்ளெக்சிட்டி என்ற நிறுவனத்தைத் தொடங்குவதற்கு முன்னர் கூகுள், டீப் மைண்ட் ஆகிய நிறுவனங்களிலும் பணியாற்றி அனுபவங்களைப் பெற்றுக்கொண்டார். கற்றுக்கொண்ட அனைத்தையும் தனது நிறுவனத்தின் வழியாக உலகுக்குத் தற்போது அறிமுகம் செய்து கொண்டிருக்கிறார்.

2022ஆம் ஆண்டு டிசம்பர் மாதம் டெனிஸ் யாரட்ஸ், ஜானி ஹோ, ஆண்டி கோவின்ஸ்கி ஆகியோருடன் இணைந்து பெர்ப்ளெக்சிட்டி என்ற நிறுவனத்தைத் தொடங்கினார் அரவிந்த். டெனிஸ் யாரட்ஸ் மெட்டா நிறுவனத்தில் செயற்கை நுண்ணறிவுத்துறையின் ஆராய்ச்சி விஞ்ஞானியாகப் பணியாற்றியவர். ஜானொ ஹோ, கோரா (Quora) நிறுவனத்தில் பொறியாளராகப் பணியாற்றியவர். ஆண்டி கோவின்ஸ்கி 'டேட்டாபிரிக்ஸ்'-ன் இணை நிறுவனர். சேர்க்கையைப் பாருங்கள். இவர்களின்றி வேறு யாரால் வெற்றியைப் பெற முடியும்.

புதிதாக எதையும் கண்டுபிடிக்க வேண்டாம். ஏற்கனவே செய்துகொண்டிருப்பதில் இருக்கும் சிக்கல்கள் என்ன? அவற்றை

மாற்றுப் புதிதாக நம்மிடம் என்ன இருக்கிறது என்பதை நோக்கிச் சிந்திக்கத் தொடங்கினர்.

அரவிந்த் தன் அணியோடு இணைந்து உருவாக்கிய ஒரு தயாரிப்பு பேர்டு எஸ்கியூஎல் *(Bird SQL)*. டிவிட்டரில் உள்ள தகவல்கள் சார்ந்து கேட்கப்படும் கேள்விகளுக்குத் துல்லியமாகப் பதிலளித்தது அது. டிவிட்டர் நிறுவனம் தங்களுடைய தரவுகளின் வெளிப்படைத்தன்மையைக் குறைத்துக்கொள்ளும் அளவுக்கு அதனுடைய பயன்பாடு இருந்தது.

கேள்வியின் நுணுக்கங்களைப் புரிந்துகொண்டு நேரடியான வெளிப்படையான பதில்களைத் தர இயலாத தேடுபொறியின் மீதான வெறுப்பே நால்வரையும் ஒரு புள்ளியில் இணைத்தது. தகவல்களோடு நாம் எப்படி உரையாடுகிறோம் என்ற வகையில் தேடல் இயந்திரத்தின் அடிப்படையையே கேள்விக்குள்ளாக்கியது பெர்ப்ளெக்சிட்டி.

பயனர்களின் எந்தக் கேள்விகளுக்கும் துல்லியமான பதில்களை வெளிப்படையாகவும் விரைந்தும் தரும் நோக்கத்தோடு 2022 டிசம்பர் மாதம் வெளியானது பெர்ப்ளெக்ஸிட்டி ஏஐ. தகவல்கள் எங்கிருந்து எடுக்கப்பட்டன என்பதைத் தரவு ஆதாரங்களின் வழியாக வெளிப்படையாகச் சொல்வதன் மூலம் மிகக் குறுகிய காலத்தில் உலகளவில் பயனர்களிடையே பிரபலமானது. *Search Engine*-க்கு மாற்றாக *Answer Engine*-யை முன்வைத்தது பெர்ப்ளெக்சிட்டி.

தொடங்கிய சில மாதங்களிலேயே இரண்டு மில்லியன் பயனர்களை ஈர்த்தது பெர்ப்ளெக்சிட்டி. அதன் மூலமாக உலகின் முன்னணி நிறுவனங்களான அமேசான், ஆப்பிள், மெட்டா ஆகியவற்றைத் தன்னை நோக்கித் திரும்பிப் பார்க்க வைத்தார் அரவிந்த். அதுவரை சந்தையில் வெளிப்படையாகத் தெரியாமலிருந்த இடைவெளியை இட்டு நிரப்பியது பெர்ப்ளெக்சிட்டி. பெர்ப்ளெக்சிட்டியை விலைக்கு வாங்கிவிடக் காத்திருந்தன மேற்சொன்ன பெரும் நிறுவனங்களில் சில. ஆனால் அரவிந்த்தும் அவருடைய நண்பர்களும் பெர்ப்ளெக்சிட்டி தனிப்பெரும் நிறுவனமாகத் தொடர்வதையே விரும்பினர்.

எதைப்பற்றியாவது தெரிந்துகொள்ள வேண்டும் என்ற மக்களின் குறுகுறுப்புதான் பெர்ப்ளெக்சிட்டி போன்ற நிறுவனங்களின்

முதலீடு. தேவைதான் கண்டுபிடிப்புகளுக்கான தாய் என்ற ஆகப்பழைமையான சொல்லாடலுக்கு பெர்ப்ளெக்சிட்டி புதிய உதாரணமாக இருக்கின்றது. இருந்த இடத்திலிருந்தே மக்களின் தேவை என்ன என்பதைக் கண்டுபிடிக்க வாய்ப்பிருக்கும் துறை.

ஒரு தயாரிப்பு நூறு சதவிகிதம் முழுமையடையும் வரை காத்திருக்கத் தேவையில்லை. எண்பது சதவிகிதம் சரியாகச் செயல்படும்போதே அதைச் சந்தையில் அறிமுகப்படுத்துவது அரவிந்தின் வழக்கம். மீதமுள்ள இருபது சதவிகித மேம்பாட்டைப் பயனர்களிடமிருந்து பெறப்படும் கருத்துகளின் வழியாகச் செய்யும் உத்தி சந்தையில் முதலிடம் பிடிக்கக் காரணமாக இருக்கிறது.

2024ஆம் ஆண்டு டைம்ஸ் இதழ் வெளியிட்ட செயற்கை நுண்ணறிவுத் தொழில்நுட்பத்தில் செல்வாக்கு மிகுந்த நூறு நபர்களில் ஒருவராக அரவிந்த் ஸ்ரீனிவாஸ் இடம்பெற்றார். பயனர்களின் தேவைகளைச் சரியாகப் புரிந்துகொண்டு செயலாற்றினால் வெற்றி நிச்சயம் என்பதுதான் அரவிந்தின் வெற்றி நமக்குச் சொல்லும் செய்தி.

2024ஆம் ஆண்டின் இறுதியில் இந்தியப் பிரதமர் மோடியைச் சந்தித்து செயற்கை நுண்ணறிவுத்துறையில் இந்தியாவின் பங்கு குறித்தும் வாய்ப்புகள் குறித்தும் உரையாடினார். கல்வி, மருத்துவம், பொருளாதாரம் எனப் பல துறைகளும் செயற்கை நுன்ணறிவுத்துறையால் எவ்வாறு பயன்பெறும் என்பதைச் சார்ந்தும் அந்தச் சந்திப்பு நிகழ்ந்தது. இது இந்திய தொழில்நுட்பத்துறைக்கும் மிக முக்கியமான தருணம்.

மிக வேகமாக வளர்ந்துகொண்டிருந்த பெர்ப்ளெக்சிட்டி மீது ஊடக நிறுவனங்களும் பதிப்பாளர்களும் காப்புரிமை தொடர்பாகக் கடுமையான விமர்சனங்களை முன்வைத்தனர். புகழ்பெற்ற ஃபோர்ப்ஸ் நிறுவனம் தங்களுடைய தகவல்களைப் பயன்படுத்துவதற்கு வெளிப்படையாக எதிர்ப்பு தெரிவித்தது. டாவ் ஜோன்ஸ் நியூயார்க் டைம்ஸ் உள்ளிட்ட ஊடகங்கள் நீதிமன்றத்தில் வழக்குகளைத் தொடர்ந்தன.

வருமானப் பகிர்வு முறையினை அறிமுகப்படுத்தியதன் மூலமாக நிறுவனங்களுக்கும் பயனர்களுக்கும் நியாயம் செய்யும் நடவடிக்கையைத் துணிச்சலாக மேற்கொண்டார் அரவிந்த். போட்டி

நிறைந்த தொழில்நுட்ப உலகில் வெளிப்படைத்தன்மையோடு நடந்துகொண்ட அரவிந்த்தின் இந்தச் செயல் பெரும் பாராட்டுகளைப் பெற்றது.

2017ஆம் ஆண்டு தொடங்கப்பட்ட Perplexity Solved Solution என்ற நிறுவனம் தங்களுடைய பெயரைப் பயன்படுத்துவதைத் தவிர்க்க வேண்டி 2025ஆம் ஆண்டு வழக்கு தொடர்ந்தது. அவர்களிடமிருந்து அந்தப் பெயரைப் பெறுவதற்கான அரவிந்த்தின் ஒப்பந்தத்தை 2023ஆம் ஆண்டு நிராகரித்திருந்தது PSS என்ற அந்த நிறுவனம்.

2024ஆம் ஆண்டில் பதினைந்து மில்லியன் பயனாளர்களைக் கொண்டிருந்தது. 2025ஆம் ஆண்டு இருபத்திரண்டு மில்லியன் பயனர்களைக் கொண்டதாக அசுர வளர்ச்சி அடைந்திருக்கிறது. தொடங்கப்பட்ட 2022ஆம் ஆண்டில் ஒரு நாளைக்கு மூவாயிரம் கேள்விகளுக்குப் பதில் சொன்னது பெர்ப்ளெக்சிட்டி. தற்போது அந்த எண்ணிக்கை முப்பது மில்லியன்களாக உயர்ந்திருக்கிறது.

ஸ்டார்ட்அப் நிறுவனமாகத் தொடங்கப்பட்ட பெர்ப்ளெக்சிட்டியின் சந்தை மதிப்பு 2023ஆம் ஆண்டு மார்ச் மாதம் 150 மில்லியன் அமெரிக்க டாலர்களாக இருந்தது. மார்ச் 2025ஆம் ஆண்டுக் கணக்கின்படி பதினெட்டு பில்லியன் அமெரிக்க டாலர்கள் என்ற சந்தை மதிப்பை எட்டியிருக்கிறது. நிறுவனத்தின் ஆண்டு வருமானம் ஒரு மில்லியன் அமெரிக்க டாலர்களிலிருந்து நூறு மில்லியன் அமெரிக்க டாலர்களாக உயர்ந்திருக்கிறது.

என்விடியா, சாஃப்ட்பேங் உள்ளிட்ட பெரிய நிறுவனங்களும் ஜெஃப் பெசோஸ், ரொனால்டொ போன்ற ஜாம்பவான்களும் அவருடைய நிறுவனத்தில் முதலீடு செய்திருக்கின்றனர். செயற்கை நுண்ணறிவு சார்ந்து இயங்கக்கூடிய பல புதிய நிறுவனங்களில் முதலீடு செய்து வருகிறார் அரவிந்த். கர்சர், லெவன் லேப்ஸ், மிஸ்ட்ரல், பிகா லேப்ஸ் ஆகிய நிறுவனங்கள் அவற்றுள் சில.

செயற்கை நுண்ணறிவுத் துறையில் இந்தியா ஒரு முக்கியமான மையமாக மாறிவருகிறது. தொழில்நுட்பம் பயின்ற பெரும் மனிதவளம் மிக்க இந்தியாவில் அரவிந்த் தன்னுடைய நிறுவனத்தை விரிவாக்கும் திட்டத்தில் இருக்கிறார். இருநூற்றைம்பதுக்கும் குறைவாக இருக்கும் பணியாளர்களின் எண்ணிக்கை எதிர்வரும் ஆண்டுகளில் கணிசமாக உயரும் என்பது எதிர்பார்ப்பு.

தேடுபொறியில் உச்சத்திலிருக்கும் கூகுளுக்கு மிகப் பெரிய சவாலாக பெர்ப்ளெக்சிட்டி உருவாகியிருப்பதைத் தொழில்நுட்ப உலகம் கூர்ந்து கவனித்து வருகிறது. 2025ஆம் ஆண்டு ஆகஸ்ட் மாதம் 34.5 பில்லியன் அமெரிக்க டாலருக்கு கூகுள் நிறுவனத்தின் குரோம் தேடுபொறியை விலைக்குக் கேட்டார் அரவிந்த். இது பெர்ப்ளெக்சிட்டி நிறுவனத்தின் மதிப்பைப்போல இரண்டு மடங்கு. இந்தச் சம்பவம் தொழில்நுட்ப உலகத்தில் குரோமின் முக்கியத்துவத்தை உணர்த்தியது. டிக்டாக்கை அமெரிக்காவில் தடைசெய்வதற்கு முன்னால் அதன் அமெரிக்கப் பிரிவை பெர்ப்ளெக்சிட்டியோடு இணைக்கும் முயற்சிகளும் நடந்தன.

ஓப்பன்ஏஐ, கூகுள் உள்ளிட்ட மிகப் பெரிய நிறுவனங்கள் களமாடும் செயற்கை நுண்ணறிவுத்துறையில் ஆறு சதவிகிதப் பங்கைப் பெற்றிருக்கிறது பெர்ப்ளெக்சிட்டி. செல்ல வேண்டிய தொலைவு வெகுதூரத்தில் இருக்கிறது என்பதே இதில் மறைந்திருக்கும் செய்தி. கற்பது எப்போதோ ஒருமுறை நிகழக்கூடிய சம்பவமல்ல. அது எப்போதும் நிகழ வேண்டியது எனச் சொல்லும் அரவிந்த் ஸ்ரீனிவாஸ் இந்தத் தொலைவை மிக எளிதாகக் கடந்து செல்வார்.

ஏர்டெல் நிறுவனத்துடனான ஒப்பந்தத்தின் விளைவாகப் பல கோடி இந்தியர்களைச் சென்றடைந்திருக்கிறது பெர்ப்ளெக்சிட்டி ஏஐ. தகவல்களை எளிதாகப் பெற இயலுவதன் மூலமாக அறிவைப் பெறும் அணுகுமுறையை எல்லோருக்குமானதாகவும் எளிமையானதாகவும் மாற்றியிருக்கிறார் அரவிந்த் ஸ்ரீனிவாஸ்.

ஒன்றைப்போல இன்னொன்றை ஆக்குவது மிக எளிமையானது. ஆனால் தனித்துவமும் தொடர்ச்சியான மேம்பாடுகளும் மிக மிக அவசியமானது. புதிதாகத் தொழில் தொடங்க நினைக்கும் அனைவருக்குமான அறிவுரையாக அரவிந்த் எப்போதும் சொல்வது இதைத்தான். சொல்லுதல் யாருக்கும் எளியது. ஆனால் அரவிந்த் ஸ்ரீனிவாஸ் அரிதானவர். அவர் சொல்லியவண்ணமே செய்ததன் சாட்சியாகவே இன்றைக்கு வளர்ந்து நிற்கிறது பெர்ப்ளெக்சிட்டி.

பிரியம்வதா நடராஜன்

*2025*ஆம் ஆண்டு, ஏப்ரல் மாதம் *25*ஆம் தேதி. நியூயார்க் நகரிலிருந்த *'Lincoln Center for the Performing Arts'* அரங்கம் நிரம்பியிருந்தது. உலகெங்குமிருந்து வந்திருந்த தலைசிறந்த மனிதர்கள் அங்கே குழுமியிருந்தனர். திரைத்துறை நட்சத்திரங்கள் அறிவியல் அறிஞர்களோடு உரையாடிக்கொண்டிருந்தனர். சமயல்கலை நிபுணர்கள் உலகத் தலைவர்களோடு பேசிக்கொண்டிருந்தனர். மிகப்பெரும் வர்த்தக நிறுவனங்களின் தலைவர்கள் ஆகச்சிறந்த கவிஞர்களோடு ஆழ்ந்த சிந்தனையில் இருந்தனர்.

அந்தக் கூட்டத்தில் தமிழர் ஒருவரின் தலையும் தட்டுப்பட்டது. அவர் கோவையைப் பூர்வீகமாகக்கொண்ட பிரியம்வதா நடராஜன். *2024*ஆம் ஆண்டு டைம்ஸ் இதழில் உலகின் செல்வாக்குமிக்க நூறு நபர்களின் பட்டியலில் இடம்பெற்றிருந்தார் பிரியம்வதா. அதற்கான விழா அரங்கில்தான் இத்தனை காட்சிகளும் அரங்கேறிக்கொண்டிருந்தன. அவர் அந்த அரங்கில் இருப்பதற்குக் காரணமாக இருந்த தந்தை நடராஜனும் இந்திய வானியற்பியலாளரான நிருபமா ராகவனும் அந்த நிகழ்வைக் காண்பதற்கு அப்போது உயிருடன் இல்லை என்பது பிரியம்வதாவுக்குப் பெரும் குறையாக இருந்தது.

மைக்ரோசாஃப்ட் தலைமைச் செயலதிகாரி சத்யா நாதெல்லா, உலக வங்கியின் தலைவர் அஜய் பாங்கா, ஒலிம்பிக் குத்துச்சண்டை

வீரர் சாக்ஷி மாலிக், பாலிவுட் நடிகை ஆலியா பட் ஆகியோரின் வரிசையில் தமிழரான பிரியம்வதாவின் பெயரும் அந்தப் பட்டியலில் இடம்பெற்றிருந்ததை அவராலும் நம்பமுடியவில்லை. அந்தச் செய்தியைத் தாங்கி வந்திருந்த மின்னஞ்சல் உண்மைதானா எனப் பலமுறை சோதித்துப் பார்த்து உறுதிசெய்துகொண்டார். அறிவியல் ஆராய்ச்சியில் ஈடுபட்டிருக்கும் விஞ்ஞானிகளால் இந்த உலகில் தாக்கத்தை ஏற்படுத்த முடியும் என்பதை இந்தப் பட்டியல் அனைவருக்கும் உணர்த்தியது.

வெங்கடேச நடராஜன் என்ற பொறியாளருக்கும் லலிதா என்ற சமூகவியல் பட்டதாரிக்கும் மூத்த மகளாகக் கோயம்புத்தூரில் பிறந்தவர் பிரியம்வதா. அவருடைய சிறுவயதிலேயே டெல்லிக்கு இடம்பெயர்ந்தது குடும்பம். கல்விப் பின்புலம் கொண்ட குடும்பத்தில் பிறந்ததால் புத்தகங்கள் நிறைந்த சூழலில் வளர்ந்தார்.

பெர்சனல் கம்ப்யூட்டர் என்ற சொல்லாடல் புழக்கத்திற்கு வருவதற்கு முன்னரே C64 (Commodore 64) என்ற கணினியை, பிரியம்வதாவுக்கு அவருடைய அப்பா வாங்கித்தந்தார். பிரியம்வதா பதினைந்து வயதுச் சிறுமியாக இருந்தபோது அப்போதைய டெல்லி நேரு கோளரங்கத்தின் இயக்குநர் நிருபமா ராகவனைச் சந்தித்து உரையாடும் வாய்ப்பு கிடைத்தது. ‘என்னிடம் இருக்கும் கணினியைக்கொண்டு உங்களுடைய ஆராய்ச்சி வேலைகளில் என்னால் உதவ முடியும்’ எனச் சொன்னார் பிரியம்வதா. வரைபடங்களின் (Maps) மீது ஆர்வம் கொண்டவராக இருந்த அவரிடம், வானியல் வரைபடத்தைக் காட்டக்கூடிய கணினி நிரலை உருவாக்க முடியுமா எனக் கேட்டார் நிருபமா.

வீட்டுக்குத் திரும்பிய பிரியம்வதா அதற்கான பணிகளைத் தொடங்கினார். அது அவ்வளவு எளிதாக இல்லை. பேய்த்தனமாக வேலை பார்த்தார். ஆறு வாரங்களின் முடிவில் அவர் எழுதிய நிரல் பயன்படும் நிலைக்கு வந்தது. இனி திரும்ப வரமாட்டார் என நினைத்த நிருபமாவுக்குத் தன்னுடைய உழைப்பால் அதிர்ச்சியளித்தார் பிரியம்வதா.

அதற்குப்பிறகு சின்னச் சின்னப் பணிகளை நிருபமாவுக்குச் செய்து கொடுத்தார். உண்மையில் ஆராய்ச்சிப் பணியில் சின்னது என்ற ஒன்றில்லை. அந்த இளம் வயதில் அவர் செய்ததெல்லாம் மிகப் பெரிய சாதனைகள். ஆராய்ச்சிகளின் மீதான அனுபவங்களை

அப்போதிருந்தே பெறத் தொடங்கிவிட்டார். எண்பதுகளின் இறுதியில் ஒரு பள்ளிச்சிறுமி அறிவியல் ஆராய்ச்சியில் ஈடுபட்டிருந்தார் என்பது கற்பனைக்கும் எட்டாத கனவு. ஆனால் பிரியம்வதா அதைத்தான் செய்துகொண்டிருந்தார்.

அறிவியலும் கணிதமும் அவருடைய விருப்பப் பாடங்கள். சிறுவயதில் பெற்றோர் வாங்கிக்கொடுத்த டெலஸ்கோப்பும் மைக்ரோஸ்கோப்பும்தான் அவருடைய வாழ்க்கைப் பாதையைத் தீர்மானித்தன. எளிதில் கண்ணுக்குப் புலப்படாத விஷயங்களை இந்தக் கருவிகளின் வழியாகக் கண்டார். அதுதான் அவர் ஓர் ஆராய்ச்சியாளராக உருவாகக் காரணமாக இருந்தது.

பள்ளிப்படிப்பை டெல்லி பப்ளிக் ஸ்கூலில் முடித்தார். ஆராய்ச்சிக்கான வாய்ப்புகள் மிகக் குறைவாக இருக்கும் இந்தியாவிலிருந்து ஆராய்ச்சிகளுக்குத் தலைமையிடமான அமெரிக்காவுக்குச் சென்றார். இயற்பியல் மற்றும் கணிதவியல் பாடங்களை மாசாசூசெட்ஸ் தொழில்நுட்பப் பல்கலைக்கழகத்தில் படித்துப் பட்டம் பெற்றார். இயற்பியலாளர் ஆகவேண்டுமென்பதில் வேறொரு கருத்து எப்போதும் இருந்ததில்லை. ஆனால் குறிப்பாக எந்தத் துறையில் என்பது மட்டுமே யோசனையாக இருந்தது. இளங்கலைப் பட்டப் படிப்பைப் படித்துக்கொண்டிருந்தபோதே இயற்பியலிலும் கணிதத்திலும் முழுத் தேர்ச்சி பெற்றிருந்தார்.

ஐசக் நியூட்டன் ஃபெல்லோசிப் விருது பெற்று கேம்பிரிட்ஜ் பல்கலைக்கழகத்தில் கோட்பாட்டு வானியற்பியலில் முனைவர் பட்டம் பெற்றார். டிரினிட்டி கல்லூரியில் உறுப்பினராகவும் அங்கம் வகித்தார். இதற்காக வானியற்பியல் துறையிலிருந்து தேர்ந்தெடுக்கப்பட்ட முதல் பெண் என்ற பெருமையைப் பெற்றார்.

மனித குலத்துக்குத் தேவையான ஆக்கபூர்வமான ஆராய்ச்சிகளை மேற்கொள்வதில் ஆர்வம்கொண்ட பிரியம்வதா கருந்துளைகளைப் *(Black holes)* பற்றிய ஆராய்ச்சிகளை மேற்கொண்டு வருகிறார்.

பூமியிலிருந்து வானில் செலுத்தப்படும் ராக்கெட் ஒன்று நொடிக்கு *11.6* கிலோமீட்டர் வேகத்தில் செலுத்தப்பட வேண்டும். பூமியின் புவி ஈர்ப்பு சக்தியிலிருந்து தப்பிக்க இது அவசியமானது. இது ஒலியின் வேகத்தைவிட முப்பத்து மூன்று மடங்கு அதிகம். ஆனால் கருந்துளைகளின் ஈர்ப்பிலிருந்து தப்பிக்க நொடிக்கு

மூன்று லட்சம் கிலோமீட்டர்கள் பயணம் செய்தாலும் போதாது. கருந்துளைகளைப் புரிந்துகொள்ள இந்தத் தகவல் நமக்குப் போதுமானது.

அமெரிக்காவின் யேல் பல்கலைக்கழகத்தில் வானியல் மற்றும் இயற்பியல் துறைப் பேராசிரியராகப் பணியாற்றி வருகிறார். வானியல் துறைத் தலைவராகவும் பெண் பேராசிரியர்கள் அமைப்பின் தலைவராகவும் சிறப்பாகச் செயல்பட்டு வருகிறார். அறிவியலையும் கலையையும் ஒன்றிணைக்கும் ஃபிராங்க் திட்டத்தின் இயக்குநராகவும் செயல்பட்டு வருகிறார்.

யேல் பல்கலைக்கழகத்தில் வேலைக்குச் சேர்வதற்கு முன்னர் கனடா தொழில்நுட்பப் பல்கலைக்கழகத்தில் வருகைப் பேராசிரியராக இருந்தார். டென்மார்க்கிலுள்ள ஹோப்பன்ஹெகன் பலகலைக்கழகத்திலும் டெல்லி பல்கலைக்கழகத்திலும் கௌரவப் பேராசிரியராகப் பணியாற்றுகிறார்.

இந்தப் பிரபஞ்சம் விரிவடைந்து வருவதை வானியல் அறிஞர்கள் 1998ஆம் ஆண்டு கண்டறிந்தனர். வெறுமனே விரிவடைவது மட்டுமல்ல அந்தப் பரவல் மிக வேகமானதாக இருக்கிறது என ஆய்வு முடிவுகள் சொல்லின. அதற்கு மிக முக்கியமான காரணம் *Dark Energy* என்பதையும் சேர்த்தே கண்டறிந்தனர்.

நம் கண்களுக்குப் புலப்படுகிற நட்சத்திரங்களும் கிரகங்களும் இந்தப் பிரபஞ்சத்தின் நூற்றில் நான்கு சதவிகிதம் மட்டுமே. நம் கண்களுக்குப் புலப்படாத எத்தனையோ விஷயங்கள் இங்கு இருக்கின்றன. அவை *Dark Matter, Dark Energy* என்று அறியப்படுகின்றன. ஆராய்ச்சியாளர்களுக்கு மட்டுமே புலப்படும் சங்கதிகள் இவை.

ஒளியோடு தொடர்பில்லாத இந்த *Dark matter, Dark Enery,* கருந்துளைகள் போன்ற சமாசாரங்களைத் தெரிந்துகொள்வதற்கான ஆய்வுகள் தொடர்ந்து மேற்கொள்ளப்படுகின்றன. அத்தகைய முயற்சிகளில் ஈடுபடுவோரில் பிரியம்வதாவும் ஒருவர். இந்தியாவில் ஜார்க்கண்டிலும் லடாக்கிலும் *Dark Enrgy* தொடர்பான ஆய்வுகளை மேற்கொள்ள இரண்டு ஆய்வகங்கள் இருக்கின்றன.

2016 ஆம் ஆண்டு *'Mapping The Heavens'* என்ற புத்தகத்தை எழுதி வெளியிட்டார் பிரியம்வதா. இந்தப் புத்தகம் சிடுக்குகள் நிறைந்த

அறிவியலை எளிதாக விளக்கும் மிகப் பெரிய முயற்சி என்ற பாராட்டுகளைப் பெற்றது.

வானியற்பியல் துறையில் அவருடைய பங்களிப்பிற்காக 2022ஆம் ஆண்டு லிபர்டி அறிவியல் மையத்தின் விருதைப் பெற்றிருக்கிறார். *Guggenheim and Radcliffe* விருதுகளையும் வென்றிருக்கிறார். வெளிநாட்டு வாழ் இந்தியர்களின் எதிர்கால முகமாக 2009ஆம் ஆண்டு அங்கீகரிக்கப்பட்டார்.

நாசா, தேசிய அறிவியல் மையம் போன்ற அமைப்புகளுக்கு ஆலோசனைகளை வழங்கும் தேசிய விண்வெளி அறிவியல் ஆலோசனை மையத்தின் தலைமைப் பொறுப்பை வகித்திருக்கிறார்.

அவருடைய ஆக்கபூர்வமான பங்களிப்புக்காக அமெரிக்க வானியல் சங்கத்தின் உறுப்பினராகவும் தேர்ந்தெடுக்கப்பட்டார். பொறியாளர்கள் விஞ்ஞானிகள் அறிவியலாளர்கள் உள்ளிட்ட எட்டாயிரத்துக்கும் மேற்பட்டோர் இந்த அமைப்பில் உறுப்பினர்களாக இருக்கின்றனர்.

வானியற்பியல் துறையில் மிக உயரிய விருதுகளில் ஒன்று டேனி ஹெய்ன்மேன். அமெரிக்க இயற்பியல் நிறுவனமும் அமெரிக்க வானியல் சங்கமும் இணைந்து வழங்கும் 2025ஆம் ஆண்டுக்கான இந்த விருதைப் பெற்றார் பிரியம்வதா. நியூயார்க்கின் கார்னகி கார்ப்பரேஷன் 2025ஆம் ஆண்டுக்கான சிறந்த புலம்பெயர் சாதனையாளர் பட்டியலில் இவரது பெயரைச் சேர்த்துள்ளது.

இவரது ஆராய்ச்சியில் மிக முக்கியமானது கருந்துளை விதைகள் பற்றிய கோட்பாடு. நட்சத்திரங்கள் அழியாமலேயே பிரம்மாண்ட வாயு மேகங்கள் நேரடியாகச் சுருங்கி கருந்துளைகளாக மாற முடியும் என்பதைப் பல வருடங்களுக்கு முன்பே கணித்தார். அவரது இந்தக் கோட்பாட்டைச் சமீபத்தில் ஜேம்ஸ் வெப் விண்வெளித் தொலைநோக்கி உறுதி செய்தது. இது அவருடைய வாழ்நாள் சாதனையாகக் கருதப்படுகிறது.

கவிதைகளைப் படிக்கும் ஆர்வம்கொண்ட பிரியம்வதா கவிதைகளை எழுதவும் செய்கிறார். ஓர் ஆராய்ச்சியாளரின் கவிதை எப்படி இருக்கும் எனப் படித்துப் பார்க்கும் வாய்ப்பை இதுவரை அவர் நமக்கு வழங்கவில்லை. அவருக்காகவே எழுதப்பட்ட அந்தக் கவிதைகள் இன்னும் பிரசுரிக்கப்படவில்லை.

இந்தப் பிரபஞ்சமும் இரவு நேர வானமும் பிரியம்வதாவுக்கு எப்போதும் ஈர்ப்பை ஏற்படுத்துபவை. ஆழ்ந்த இருட்டின் மீதும் இருண்ட மர்மங்களின் மீதும் தீராத காதல்கொண்டவர். சிலருக்கு வளர்ப்புப் பிராணிகளின் மீது ஈர்ப்பு இருப்பதைப்போல இவருக்கு இது.

இன்னும் சில பத்தாண்டுகளில் பிரியம்வதாவின் பெயர் நோபல் பரிசு பெற்றவர்களின் பட்டியலிலும் இடம்பெறக்கூடும். அப்போது அந்தப் பட்டியலைப் பார்த்து அதிர்ச்சியடைய வேண்டிய தேவை இருக்காது.

சசீந்திரன் முத்துவேல்

சசீந்திரன் முத்துவேல் சிவகாசியில் பிறந்தவர். பட்டாசுக்கும் அச்சுத்தொழிலுக்கும் பெயர்பெற்றது சிவகாசி. அவருடைய தந்தை அச்சுத்தொழிலைச் செய்துவந்தார். பத்தாம் வகுப்புவரை தமிழ் வழிக்கல்வியில் பயின்றார். மேல்நிலைக் கல்வியை ஆங்கிலம் வழியாகக் கற்றார். விவசாயப் பின்புலம் இல்லை. அவர் பெற்ற மதிப்பெண்களின் அடிப்படையில் தோட்டக்கலைத்துறையில் படிப்பதற்கான வாய்ப்பு கிடைத்தது. தேனி மாவட்டம் பெரியகுளத்திலுள்ள தமிழ்நாடு வேளாண்மைப் பல்கலைக்கழகத்தில் இளங்கலைப் பட்டம் பெற்றார்.

கல்லூரிப் படிப்பை முடித்தவுடன் சசீந்திரனின் தந்தை இறந்துவிட்டார். குடும்பத்தின் பொருளாதாரத் தேவையைப் பூர்த்தி செய்ய வேண்டிய கட்டாயம் ஏற்பட்டது. வேலை தேடி மலேசியாவுக்குச் சென்றார். அங்கு ஒரு பல்பொருள் அங்காடியில் பணியில் சேர்ந்தார். படிப்புக்குத் துளியும் சம்பந்தமில்லாத வேலைதான். இரண்டு வருடங்களாக அங்கு வேலை செய்துகொண்டிருந்தார். பப்புவா நியூ கினியில் வேலைவாய்ப்பு தொடர்பான விளம்பரம் ஒன்று அவருடைய கவனத்திற்கு வந்தது. அதுவரை அந்த நாட்டை உலக வரைபடத்தில்கூட அவர் பார்த்திருக்கவில்லை.

உண்மையில் ஆஸ்திரேலியாவுக்குச் செல்ல வேண்டுமென்பதுதான் சசீந்திரனுக்கு விருப்பமாக இருந்தது. பப்புவா நியூ கினி ஆஸ்திரேலியாவுக்கு அருகிலிருந்தது அவருக்கும் வசதியாகப் போயிற்று. பப்புவா நியூ கினிக்குச் சென்று வேலை செய்யலாம். அனுபவம் பெற்ற பிறகு ஆஸ்திரேலியாவுக்கு மாறிவிடலாம். இதுதான் யோசனை. விதி வேறொரு திட்டத்தோடு காத்திருந்தது அவருக்கு அப்போது தெரியாது. ஒரே ஒரு விளம்பரம் அவருடைய பெயர் சரித்திரத்தில் இடம்பெறக் காரணமாக இருந்தது.

பப்புவா நியூ கினியில் சிங்கப்பூரைச் சேர்ந்த ஒருவர் சில்லறை வர்த்தக நிறுவனத்தை நடத்தி வந்தார். அங்கு மேலாளராகப் பணிக்குச் சேர்ந்தார். ஓராண்டு வரை எந்தப் பிரச்னையுமில்லை. தானுண்டு தன் வேலையுண்டு எனப் போய்க்கொண்டிருந்தது வாழ்க்கை. அசைவு உணவு பிரதானமாக இருக்கும் தீவு பப்புவா நியூ கினி. சசீந்திரன் சைவ உணவுப் பழக்கமுள்ளவர். பெரும்பாலான நாள்கள் சோறும் தயிரும் மட்டும்தான் அவருக்கு உணவாக இருந்தது. சசீந்திரன் கிம்பே என்னும் நகரத்தில் இருந்தார். அந்தச் சிறிய நகரத்தில் அப்போது அவர் ஒருவர்தான் தமிழர்.

பசிபிக் பெருங்கடலில் உள்ள தீவுகளில் மிகப் பெரியது பப்புவா நியூ கினி. அங்கு 850க்கும் மேற்பட்ட மொழிகள் பேசப்படுகின்றன. ஆயிரத்துக்கும் மேற்பட்ட பழங்குடி இனங்கள் இருக்கின்றன. தனித்துவமான கலாசாரத்தைப் பின்புலமாகக் கொண்டது. வளர்ந்த நாடுகளோடு ஒப்பிடுகையில் கல்விக் கட்டமைப்பிலும் மருத்துவக் கட்டமைப்பிலும் குறைபாடுகளிருந்தது. ஆனால் அங்கே வறுமைக்கு இடமில்லை. ஆங்கில மொழி அதிகம் ஆதிக்கம் செலுத்தாத நாடு. பிஜின் என்னும் மொழி பிரதான இணைப்பு மொழியாக இருக்கிறது. வாழ்வாதாரத்திற்காக வேலைதேடிச் சென்ற சசீந்திரன் பிஜின் மொழியை மூன்றே மாதத்தில் கற்றுக்கொண்டார். வாடிக்கையாளருடன் தொடர்பிலிருக்க வேண்டிய பணிச்சூழல் விரைவாக மொழியைக் கற்றுக்கொள்ள முக்கியமான காரணமாக அமைந்தது.

ஓராண்டுக்குப் பிறகு திடீரென ஒரு நாள் நிறுவனத்தை மூடிவிடுவது என்ற முடிவெடுத்தார் சசீந்தரன் வேலை செய்துவந்த நிறுவனத்தின் முதலாளி. சிங்கப்பூருக்கே திரும்பச் சென்றுவிடும் முடிவிலிருந்தார். இந்தத் திடீர் முடிவால் பெரிதும் அதிர்ச்சி அடைந்தவர் சசீந்திரன்தான்.

அவருக்கு அப்போது இரண்டு வாய்ப்புகள் இருந்தன. வேலையிழந்தவராக அப்படியே நாடு திரும்பிவிடுவது ஒன்று. அதை யாராலும் செய்ய முடியும். அந்தத் தீவிலேயே தனக்கான ஓர் இடத்தைத் தக்கவைத்துக்கொள்வது இரண்டாவது. சசீந்திரன்களால் மட்டுமே சாத்தியமாகக்கூடிய இரண்டாவது வாய்ப்பை அவர் தேர்ந்தெடுத்தார். அதுதான் அவருடைய எதிர்காலத்துக்கான மிகப்பெரிய வாய்ப்பாக மாறப்போகிறது என்பது அவருக்கும் அப்போதைக்குத் தெரியாது.

நீண்ட யோசனைக்கும் ஆலோசனைகளுக்கும் பிறகு அந்த முடிவை எடுத்தார். அவர் வேலை செய்த நிறுவனத்தின் உரிமையாளர் விட்டுச்சென்ற கடையைக் குத்தகைக்கு எடுத்துத் தானே நடத்துவது என்பதுதான் சசீந்திரன் எடுத்த முடிவு. ஹமாமாஸ் ரீட்டெய்ல் லிமிட்டெட் என்ற பெயரில் சில்லறை வர்த்தக நிறுவனத்தைச் சொந்தமாகத் தொடங்கினார். உள்ளூர் மொழியில் ஹமாமாஸ் என்பதற்கு நான் மகிழ்ச்சியோடு இருக்கிறேன் என்பது பொருள். அந்த மகிழ்ச்சியோடு திருமணம் செய்துகொள்வதற்காகத் தமிழ்நாடு திரும்பினார். திருநெல்வேலியைச் சேர்ந்த சுபா என்பவரை மணமுடித்தார். திருமணம் முடித்துத் தீவுக்குத் திரும்பிய சசீந்திரன் தன்னுடைய தொழிலில் தீவிரமாகக் கவனம் செலுத்தத் தொடங்கினார்.

இரண்டு சம்பவங்களை இங்கே குறிப்பிடுவது பொருத்தமாக இருக்கும். 2004ஆம் ஆண்டு ஒரு வெள்ளிக்கிழமை இரவில் கடையை மூடிவிட்டு வீட்டுக்குத் திரும்பிக்கொண்டிருந்தார் சசீந்திரன். அவரை வழிமறித்த வழிப்பறித் திருடர்கள் தாக்கியதில் அவருடைய வலது கையில் மிகப் பெரிய காயம் ஏற்பட்டது. தீவின் தலைநகரான போர்ட் மொரீபோவில் சிகிச்சை எடுத்துக்கொண்டார்.

மற்றொரு சம்பவம் இந்தியாவிலிருந்து தீவுக்குத் திரும்பிக் கொண்டிருந்தபோது நடந்தது. சிங்கப்பூரில் அவருடைய பயணப் பெட்டி தொலைந்துபோனது. அந்தப் பெட்டியில்தான் அவருடைய சான்றிதழ்களும் ஆவணங்களும் இருந்தன. தொலைந்த பெட்டிக்கு ஈடாகச் சில நூறு டாலர்களை இழப்பீடாகக் கொடுத்தது விமான நிறுவனம். ஆஸ்திரேலியா செல்ல வேண்டும் என அவருக்கிருந்த கனவு அந்தப் புள்ளியில் கலைந்து போனது.

இந்த இரண்டு நிகழ்வுகளிலும் சசீந்திரன் உடைந்து போகாமல் இருக்க உதவினார் அவருடைய மனைவி சுபா. இருவரும்

இணைந்து அவர்களுடைய வணிகத்தை விரிவாக்கும் வேலைகளில் தீவிரமாகச் செயல்படத் தொடங்கினர்.

நிறுவனம் ஆரம்பித்து ஏழு ஆண்டுகளில் நாடு முழுக்க அவர்களுடைய வர்த்தகம் விரிவடைந்தது. போக்குவரத்து வசதிகளே இல்லாத கிராமங்களுக்கும் அத்தியாவசியப் பொருள்களை விநியோகம் செய்தது மக்களிடையே பெரும் வரவேற்பைப் பெற்றது. உள்ளூர் மக்களின் நம்பிக்கையையும் நன்மதிப்பையும் பெற்றவர்களுக்குப் பப்புவா நியூகினியின் குடியுரிமையும் வந்து சேர்ந்தது.

மக்களுக்குச் சேவை செய்யும் நோக்கில் தொண்டு நிறுவனம் ஒன்றைத் தொடங்கினர். அதன் மூலமாகப் பள்ளிகளுக்குத் தேவையான கட்டமைப்பு வசதிகளைச் செய்து கொடுத்தனர்.

உள்ளூர் மொழியைக் கற்றுக்கொண்டாகிவிட்டது. மக்களின் தேவைகள் என்ன என்பது யாரையும்விட அவர்களுக்கு நன்றாகப் புரிந்திருந்தது. மக்களுடைய வாழ்க்கைப்போக்குக்கும் விருப்பத்திற்கும் ஏற்றவாறு வணிகத்தையும் அமைத்துக்கொண்டாகிவிட்டது. உள்ளூர்ப் பழங்குடி மக்களும் சசீந்திரனை அவர்களுள் ஒருவராக அங்கீகரித்து விழாவெல்லாம் நடத்தினர்.

பொதுமக்களின் தேவையறிந்தவர். பொதுச்சேவையில் அக்கறைகொண்டவர். ஏன் அரசியலில் பங்கேற்கக்கூடாது என்ற கேள்விகளைப் பலரும் எழுப்பினர். அதற்கு விடையாக புதிய கட்சியொன்று உதயமானது. கட்சியையும் சின்னங்களையும் மட்டுமே நம்பி வாக்களிக்கப் பழக்கப்பட்டுவிட்ட சமூகம் நம்முடையது. ஆனால் பப்புவா நியூ கினி மக்கள் இதிலிருந்து வேறுபட்டவர்கள். தேர்ந்தெடுக்கப்போகும் மக்கள் பிரதிநிதிகளின் சாதக பாதகங்களை ஆராய்ந்தறிந்து வாக்களிக்கும் போக்கு அங்கு அதிகமிருந்தது.

மக்களுடைய விருப்பத்திற்கிணங்க தேர்தலில் போட்டியிடும் முடிவுக்கு வந்தார் சசீந்திரன். அவரை எதிர்த்துப் போட்டியிட்டவர்கள் அனைவரும் உள்ளூர் அரசியல்வாதிகள். மக்களின் ஆதரவால் தேர்தலில் வெற்றி பெற்று 2012ஆம் ஆண்டு வெஸ்ட் நியூ பிரிட்டன் மாநிலத்தின் ஆளுநரானார். அங்கு ஆளுநர் என்பது ஓய்வுக்காலப் பதவியோ நியமனப் பதவியோ அல்ல. நம் சூழலை ஒப்பிட்டால் மாநிலத்தின் முதலமைச்சருக்கு நிகர்த்த

அதிகாரம் கொண்ட பதவி அது. தேர்தலில் நின்று மக்களின் வாக்குகளைப் பெற்று வென்றாக வேண்டும். வேறு குறுக்கு வழிகள் கிடையாது. அப்படி வெற்றிபெற்றுத்தான் ஆளுநர் பதவியைப் பெற்றார் சசீந்திரன் முத்துவேல். இதை அடிக்கோடிட்டுப் படிப்பது இந்திய அரசியல் சூழலில் வசிக்கும் நமக்கு அவசியமானதாக இருக்கும். 2017ஆம் ஆண்டு அதே மாநிலத்தின் ஆளுநராக இரண்டாவது முறையாக வெற்றி பெற்றார்.

எண்ணற்ற இயற்கை வளங்களைக் கொண்டது பப்புவா நியூ கினி. நீண்ட கடற்பரப்பும் விவசாய நிலங்களும் கொண்ட அங்கு ஊழலுக்கும் பஞ்சமில்லை. ஊழலுக்கு எதிரான அரசியல் மாற்றத்தின் விளைவாக புதிய அணி ஒன்று ஆட்சியைக் கைப்பற்றியது. அந்தப் புதிய அணியில் சேர சசீந்திரனுக்கும் அழைப்பு வந்தது. அமைச்சரவையில் பங்குபெற விடுக்கப்பட்ட அந்த அழைப்புக்குச் செவி சாய்த்தார். பொதுத்துறை நிறுவனங்கள் மற்றும் முதலீட்டு அமைச்சகத்தின் அமைச்சராகப் பதவியேற்றார்.

சசீந்திரன் பப்புவா நியூ கினியில் குடிபெயர்ந்தபோது தமிழர்களின் எண்ணிக்கை ஒற்றை இலக்கங்களிலேயே இருந்தது. தற்போதும் கூட தமிழ்க் குடும்பங்களின் எண்ணிக்கை இருநூறுக்கும் குறைவானதாகவே இருக்கிறது. இந்திய வெளியுறவுத்துறை அமைச்சகத்தின் தகவல்படி நான்காயிரம் இந்தியர்கள் தற்போது வசித்து வருகின்றனர். பப்புவ நியூ கினியின் மொத்த மக்கள்தொகை ஒரு கோடி.

இந்திய நிறுவனங்கள் பப்புவா நியூகினியில் தொழில் தொடங்கும் வாய்ப்புகளை ஏற்படுத்திக் கொடுத்தார். கிராமப்புற கடலோரக் குழந்தைகள் படிப்பதற்காகப் புதிய பள்ளிக்கூடங்கள் திறக்க வழிசெய்தார். மாணவர்கள் நீண்ட தூரம் பயணம் செய்வதைத் தவிர்க்க அவர்கள் வசிக்கும் இடங்களுக்கு அருகிலேயே புதிய பள்ளிகளை நிறுவினார். செவிலியர் கல்லூரியும் ஆசிரியர் பயிற்சிக் கல்லூரியும் திறக்கப்பட்டதன் மூலமாக மொத்த நாட்டு மக்களும் பயன்பெற்றனர். பசுமை ஆற்றல் திட்டததின் கீழ் மின்சார வசதியற்ற ஆயிரக்கணக்கான வீடுகளில் விளக்கெரியக் காரணமாக இருந்தார்.

வெளிநாட்டு வாழ் இந்தியர்களுக்கு வழங்கப்படும் 'பிரவாசி பாரதிய சம்மன்' விருதை 2012ஆம் ஆண்டு இந்திய அரசிடமிருந்து

பெற்றார். இந்திய அரசின் 'பத்மஶ்ரீ' விருதை 2024ஆம் ஆண்டு பெற்றார்.

சசீந்திரனும் அவருடைய மனைவி சுபா சசீந்திரனும் இணைந்து திருக்குறளை பிஜின் மொழியில் மொழிபெயர்த்திருக்கின்றனர். இந்தப் புத்தகத்தை 2023ஆம் ஆண்டு தனது அரசுமுறைப் பயணத்தின்போது இந்தியப் பிரதமர் மோடியும் பப்புவா நியூகினியின் பிரதமர் ஜேம்ஸ் மரேப்பும் இணைந்து வெளியிட்டனர். இந்தியப் பிரதமர் ஒருவர் பப்புவா நியூகினி நாட்டுக்குச் செல்வது அதுவே முதல்முறையாக இருந்தது. திருக்குறளைத் தொடர்ந்து கம்பராமாயணத்தை மொழிபெயர்க்கும் முயற்சிகளிலும் இந்த இணையர் ஈடுபட்டிருக்கின்றனர்.

வர்த்தகத்தை மனைவி பார்த்துக்கொள்ள தற்போது மூன்றாவது முறையாக மீண்டும் வெற்றிபெற்று ஆளுநராகத் தொடர்கிறார் சசீந்திரன். அவர் அரசியல்வாதி மட்டுமல்ல. சிறந்த நிர்வாகியும் கூட. முதலீட்டுத்துறை அமைச்சராக, தொழில்துறையில் அந்நிய நாட்டு முதலீடுகளைப் பெறும் முயற்சியில் ஈடுபட்டு வருகிறார். இந்தியா போன்ற நாடுகளின் தொழில்நுட்ப மற்றும் உற்பத்தி நிறுவனங்களை அங்கு கொண்டு செல்ல முயற்சிகளைச் செய்து வருகிறார். வாய்ப்புகளிருந்தும் கண்டுகொள்ளப்படாத சுற்றுலாத்துறையையும் வளர்த்தெடுக்கும் நோக்கத்தில் தீவிரமாக இயங்கிக்கொண்டிருக்கிறார்.

இளைஞர்களை நல்வழிப்படுத்த விளையாட்டு அவசியம் என்பதை உணர்ந்தவர் சசீந்திரன் முத்துவேல். அவர் வசித்து வரும் மாகாணத்தில் கிம்பே நகரில் நவீன வசதிகளுடன் கூடிய விளையாட்டரங்கத்தை உருவாக்கினார். இந்த விளையாட்டரங்கம் அவருடைய பெயரிலேயே தற்போது இயங்கிவருகிறது.

அரவிந்த் சுப்ரமணியன்

இந்திய நாட்டின் பொருளாதாரக் கொள்கைகளை வகுக்கும் பணி நூறு கோடிக்கும் அதிகமான மக்களின் அன்றாட வாழ்க்கையில் தாக்கத்தை ஏற்படுத்தக்கூடியது. மத்திய அரசின் தலைமைப் பொருளாதார ஆலோசகர் பதவி அத்தகைய முக்கியத்துவம் வாய்ந்தது. 2014 முதல் 2018ஆம் ஆண்டுவரை அந்தப் பதவியில் திறம்படச் செயல்பட்டவர் அரவிந்த் சுப்ரமணியன். தமிழ்நாட்டிலிருந்து இந்தப் பதவிக்குப் பொறுப்பேற்ற இரண்டாவது தமிழர் இவர். மூன்றாண்டுகளுக்கான அந்தப் பதவி முடிவுக்கு வந்தபோது மேலும் ஓராண்டு பதவி நீட்டிப்பு செய்யப்பட்டது. ஆனால் அரவிந்த் அந்தப் பதவியை இடையிலேயே ராஜினாமா செய்யும் சூழலுக்கு ஆளானார்.

ரகுராம் ராஜன் ரிசர்வ் வங்கியின் ஆளுநராக மாறிய பிறகு ஒன்றரை வருடங்களாக காலியாக இருந்தது தலைமைப் பொருளாதார ஆலோசகர் பதவி. மீண்டும் தமிழகத்தைச் சேர்ந்த அரவிந்த் சுப்ரமணியன் பதினாறாவது தலைமைப் பொருளாதார ஆலோசகராக 2014ஆம் ஆண்டு அக்டோபர் மாதம் பதவியேற்றார்.

மோடி தலைமையிலான ஆட்சியில் நடந்த பெருந்துயரமான பணமதிப்பீட்டு நடவடிக்கையின்போது, அரவிந்த் சுப்ரமணியன்தான் தலைமைப் பொருளாதார ஆலோசகராக இருந்தார்.

அரசின் நலத்திட்டங்கள் சரியாக மக்களுக்குச் சேர வேண்டும் என்ற நோக்கத்தோடு செயல்பட்டவர் அரவிந்த். ஆதாரோடு வங்கிக் கணக்குகளை இணைப்பதன் வழியாக மக்களுக்கு நேரடியாக அரசின் உதவிகள் கிடைக்க வழிசெய்தார். இதன் மூலமாக இடைத்தரகர்களின் இடையூறுகள் இல்லாமல் பொதுமக்கள் பயன்பெற்றனர். அனைவருக்கும் அடிப்படை வருமானம் என்ற புரட்சிகரமான கருத்தை 2016-17 பொருளாதார ஆய்வறிக்கையில் முன்மொழிந்தார்.

இரட்டை இருப்பு நிலை *(Twin balance Sheet)*. வங்கிகளின் வாராக்கடன் சிக்கலை விவரிக்க இவர் பயன்படுத்திய சொல்லாடல். இது தொடர்பான பிரச்சனைகளுக்குத் தீர்வுகாண திவால் மற்றும் நொடிவு நிலைக் குறியீட்டை *(Insolvency and Bankruptcy Code)* அறிமுகப்படுத்தினார்.

பொருளாதாரத்துறையில் மிகச் சிறந்த யோசனைகளை முன்வைத்தார். எளிதில் புரிந்துகொள்ளக்கூடிய வகையில் பொருளாதார ஆய்வுகளைத் தொடர்ந்து மேற்கொண்டார். நேர்மையான செயல்பாடுகளால் பொது நம்பிக்கைக்குரிய நபராகத் தொடர்ந்து செயல்பட்டு வருகிறார் அரவிந்த் சுப்ரமணியன்.

ஜிஎஸ்டி வரி விகிதத்தில் உள்ள வேறுபாடுகள் களையப்பட வேண்டும். மிக எளிய முறையிலான வரிவிதிப்பு முறையை அமல்படுத்த வேண்டும். மின்துறை மற்றும் கட்டுமானத்துறையை ஜிஎஸ்டி வரம்புக்குள் கொண்டுவர வேண்டும். அதன் மூலமாக டீசல் பெட்ரோல் விலையைக் குறைக்க முடியும் இப்படிப் பல சிறந்த ஆலோசனைகளைச் சொன்னார்.

துறை சார் வல்லுநராக அரசுக்கு ஆலோசனைகளைச் சொல்வது அவருடைய பணி. அவருடைய ஆலோசனைகளைச் செயல்படுத்துவதும் கிடப்பில் போடுவதும் மத்திய அரசின் விருப்பத்திற்குட்பட்டது. பாஜக அரசு அவருடைய ஆலோசனைகளைக் காது கொடுத்துக் கேட்கவில்லை. பெட்ரோல் டீசல் ஆகியவற்றை ஜிஎஸ்டி வரம்புக்குள் கொண்டுவரவும் முடியாது. அதன் விலையைக் குறைக்கவும் முடியாது என அப்போதைய நிதியமைச்சர் அருண் ஜெட்லி திட்டவட்டமாக அவருடைய ஆலோசனைகளைப் புறந்தள்ளினார்.

அரவிந்த் சுப்ரமணியன் தலைமைப் பொருளாதார ஆலோசகர் பதவியிலிருந்து ராஜினாமா செய்வதற்கு ஈராண்டுகளுக்கு முன்பு அவர் மீது பாஜகவைச் சேர்ந்த சுப்ரமணியன் சுவாமி பல குற்றச்சாட்டுகளைத் தெரிவித்தார். பிரதமர் மோடியை விமர்சித்ததாகவும் உலக வர்த்தக அமைப்பில் அவர் இந்தியாவின் நலன்களுக்கு எதிராகச் செயல்பட்டதாகவும் சொல்லி அவரைப் பதவி நீக்கம் செய்யவேண்டுமென வலியுறுத்தினார். பாஜக அரசு அவர்மீது முழு நம்பிக்கை வைத்திருப்பதாக அப்போது சொன்னார் அருண் ஜெட்லி. ஆனாலும் சங்பரிவார் அமைப்புகளின் பிரதிநிதிகள் விமரிசனங்களின் மூலமாகத் தொடர்ந்து அவருக்கு அழுத்தங்களைக் கொடுத்துக்கொண்டிருந்தனர்.

பாஜக அரசு என்னும் மூழ்கும் கப்பலிலிருந்து திறமையானவர்கள் தப்பித்து வருவதாக அரவிந்த் சுப்ரமணியத்தின் ராஜினாமா குறித்து கருத்து தெரிவித்திருந்தார் ராகுல் காந்தி.

மோடி அரசின் மீது பல்வேறு கேள்விகளை எழுப்பியது அவரது ராஜினாமா. சர்ச்சைகளை முடிவுக்குக்கொண்டுவர அவர் குடும்ப விவகாரங்களைக் கவனிப்பதற்காக அமெரிக்கா செல்கிறார் எனச் சொன்னார் அப்போதைய நிதியமைச்சர் அருண் ஜெட்லி. ஆனால் மத்திய அரசின் மீதான கசப்புணர்வின் காரணமாகவே அவர் பதவி விலகினார் என்பது பின்னர் வெளிச்சத்திற்கு வந்தது.

மோடி அரசின் மோசமான பொருளாதாரக் கொள்கைகளைத் தடுக்கவும் தலைமைப் பொருளாதார ஆலோசகராகத் தனக்கு எந்த முக்கியத்துவமும் அளிக்கப்படவில்லை என்று கருதியதாலேயே அவர் பதவி விலகினார் எனப் பலரும் குற்றம் சாட்டினர். எந்த சர்ச்சைக்கும் அவர் பதில் சொல்லவில்லை அப்போது. நன்றி கடிதத்தை மட்டும் அனுப்பி வைத்துவிட்டு இந்தப் பிரச்னைக்கு முற்றுப்புள்ளி வைத்தார்.

பதவியை ராஜினாமா செய்தாரே அன்றி ஓய்வு பெற்றுவிடவில்லை. இந்தியப் பொருளாதாரம் குறித்த ஆய்வறிக்கை ஒன்றை வெளியிட்டார் அவர். 2011 மற்றும் 2016ஆம் ஆண்டுகளில் அரசால் வெளியிடப்பட்ட உள்நாட்டு வளர்ச்சி விகிதம் உண்மையில்லை எனச் சொன்னார். சரியான பதிலைச் சொல்வதற்குத் திராணியற்று ஆய்வுக்கு எடுத்துக்கொண்ட மாதிரிகளின் அளவீடுகள் வெவ்வேறானவை எனச் சமாளித்தது மத்திய அரசு. அவருடைய

இந்த ஆய்வறிக்கையை நூற்றுத் தொண்ணூறுக்கும் மேற்பட்ட நாடுகளில் இரண்டு கோடி மக்கள் படித்தறிந்தனர்.

இந்த அறிக்கையின் மீதான சலசலப்புகள் அடங்குவதற்கு முன்னர் இன்னொரு புயலைக் கிளப்பினார் அரவிந்த். பணமதிப்பிழப்பு தொடர்பாக இந்திய அரசின் தலைமைப் பொருளாதார ஆலோசகராக இருந்த தன்னிடம் எந்தக் கருத்தையும் கேட்கவில்லை எனப் பகிரங்கமாகக் குற்றம் சாட்டினார். பணத்தின் மீது நடத்தப்பட்ட அதிர்ச்சித் தாக்குதல் எனப் பண மதிப்பீட்டு நடவடிக்கையைக் கடுமையாக விமர்சித்தார். இந்தியாவின் எண்பத்தாறு சதவிகிதப் பணம் ஒன்றுமில்லாமல் ஆக்கப்படுவதைத் தன்னுடைய அறையிலிருந்து மவுனமாகக் கவனித்துக்கொண்டிருந்தார் அரவிந்த். அவரால் அப்போதைக்கு அதுதான் செய்ய முடிந்தது.

ரகுராம் ராஜன், அரவிந்த் பனாகிரியா வரிசையில் அரசுப் பதவிகளைத் துறந்து அமெரிக்காவுக்குச் செல்லும் மிகச் சிறந்த பொருளாதார நிபுணர்களில் மூன்றாவதாக அரவிந்த் சுப்ரமணியனும் இணைந்து கொண்டார். படித்த, பொருளாதாரம் தெரிந்த சிறந்த சிந்தனையாளர்களை அரசியல்வாதிகள் தங்களுடைய சுய நலன்களுக்காகப் புறந்தள்ளுவது இந்தியா போன்ற ஜனநாயக நாட்டின் மீது உலக நாடுகள் கொண்டிருந்த நம்பிக்கையைக் கேள்விக்குறியாக்கியது.

1959ஆம் ஆண்டு ஜூன் மாதம் சென்னையில் பிறந்தவர் அரவிந்த் சுப்ரமணியன். சென்னையிலுள்ள டிஏவி பள்ளியில் பள்ளிக்கல்வியை முடித்தார். டெல்லியில் உள்ள புனித ஸ்டீபன் கல்லூரியில் பொருளாதாரம் பயின்றார். அகமதாபாத் ஐஐஎம் கல்லூரியில் வணிக மேலாண்மைப் பட்டம் பெற்றார். ஆக்ஸ்ஃபோர்ட் பல்கலைக்கழகத்தில் முதுகலைத் தத்துவம் மற்றும் முனைவர் பட்டங்களையும் பெற்றார்.

1988 முதல் 1992 வரை *General Agreement on Tariffs and Trade (GATT)* அமைப்பில் பணியாற்றியிருக்கிறார். அனைத்துலக நாணய நிதியத்தின் பொருளியலாளராகச் செயல்பட்ட அனுபவம் உண்டு. வளரும் நாடுகளின் பொருளாதார முன்னேற்றத்திற்காக அவருடைய ஆய்வுகள் சர்வதேச அளவில் அப்போது பாராட்டுகளைப் பெற்றன.

2007ஆம் ஆண்டு முதல் 2014ஆம் ஆண்டு வரை வாஷிங்டனில் உள்ள பீட்டர்சன் பன்னாட்டுப் பொருளியல் கழகத்தில் மூத்த ஆய்வாளராகப் பணியாற்றினார். உலகளாவிய மேம்பாட்டு மையத்தின் மூத்த ஆய்வாளராகவும் இருந்தார். முன்னதாக ஹார்வர்ட் பல்கலைக்கழகத்தின் கென்னடி ஸ்கூல் ஆஃப் கவர்ன்மென்ட் மற்றும் ஜான்ஸ் ஹாப்கின்ஸ் ஸ்கூல் ஃபார் அட்வான்ஸ்ட் இன்டர்நேஷனல் ஸ்டடீஸ் ஆகியவற்றில் பேராசிரியராகப் பணியாற்றினார். பிரவுன் பல்கலைக்கழகத்தின் வாட்சன் இன்ஸ்டிடியூட், சென்டர் ஃபார் குளோபல் டெவலப்மென்ட், அசோகா பல்கலைக்கழகம் ஆகியவற்றிலும் பணியாற்றியுள்ளார் அரவிந்த் சுப்ரமணியன்.

பொருளாதார அறிஞராக இவர் எழுதிய பல கட்டுரைகள் பெரும் வரவேற்பைப் பெற்றன. தீர்க்கதரிசனமான அவரது கருத்துகள் பாராட்டுகளைப் பெற்றன. இந்தியா- சீனா - ஐரோப்பிய நாடுகள் ஆகியவற்றின் பொருளாதார ஏற்ற இறக்கங்கள் குறித்தும் வளர்ச்சி, வர்த்தகம், மேம்பாடு உள்ளிட்ட தலைப்புகளிலும் எண்ணற்ற கட்டுரைகளை எழுதி வெளியிட்டிருக்கிறார்.

உலகின் மிக முக்கியமான நூறு சிந்தனையாளர்களில் ஒருவராக ஃபாரின் பாலிசி என்ற உலகப்புகழ் பெற்ற பத்திரிகை அரவிந்த் சுப்ரமணியத்தை அங்கீகரித்தது. மாஸ்டர் ஆஃப் மைண்ட் என இந்தியா டுடே இவரைக் கொண்டாடியது.

இவர் எழுதிய மூன்று புத்தகங்கள் பொருளாதாரத் துறையில் மிக முக்கியமானதாகக் கருதப்படுகிறது. நிதி ஆலோசகர்களுக்கும் பொருளாதார வல்லுநர்களுக்கும் பொருளாதாரத்தில் ஆர்வம் மிக்க பொது மக்களுக்கும் பெரிதும் பயன்படுகிறது.

'India's Turn: Understanding the Economic Transformation' என்ற புத்தகத்தை ஆக்ஸ்ஃபோர்டு பல்கலைக்கழகம் 2008ஆம் ஆண்டு பதிப்பித்தது. 2011ஆம் ஆண்டில் இவர் எழுதிய *Eclipse: Living in the Shadow of China's Economic Dominance* என்ற புத்தகம் ஒரு லட்சத்து முப்பதாயிரம் படிகள் அச்சிடப்பட்டன. *'Of Counsel: The Challenges of the Modi-Jaitley Economy'* என்ற புத்தகம் 2018ஆம் ஆண்டு வெளியீடு கண்டது. அவர் பதவியிலிருந்தபோது சந்தித்த சவாலான விஷயங்களை இந்தப் புத்தகத்தில் பதிவு செய்திருக்கிறார்.

இந்தியாவில் எந்த மாநிலத்திலும் நடக்காத ஒரு விஷயம் தமிழகத்தில் கடந்த 2021ஆம் ஆண்டு நடந்தது. 2021ஆம் ஆண்டு சட்டப்பேரவைத் தேர்தலில் வென்ற ஸ்டாலின் தலைமையிலான திமுக, ஆட்சிப் பொறுப்பேற்றது. மாநிலத்துக்கெனத் தனியாகப் பொருளாதார ஆலோசனைக் குழுவொன்று அவசியமென முடிவெடுத்தது திமுக அரசு. மத்திய அரசின் எந்தத் திட்டங்களை எல்லாம் தமிழ்நாடு அரசு எதிர்த்ததோ அந்தத் திட்டங்களைப் பொருளாதார மேதையான அரவிந்த்தும் எதிர்த்திருக்கிறார். தமிழ்நாட்டின் கண்ணோட்டத்தோடு ஒட்டிப்போகும் அரவிந்த் சுப்ரமணியத்தை ஸ்டாலின் தலைமையிலான அரசு தொடர்புகொண்டது. தமிழ்நாட்டு அரசின் பொருளாதார ஆலோசனைக் குழுவில் இணைந்தார். பொருளாதாரம் நிதி மற்றும் துறைசார்ந்த பிரச்னைகளில் தமிழக அரசுக்கு ஆலோசனைகளை வழங்கி வருகிறார்.

உத்தரப்பிரதேசம், பீகார் போன்ற அதிக மக்கள் தொகை கொண்ட மாநிலங்கள் தமிழ்நாட்டைப் பின்பற்றி உற்பத்தித் துறையில் கவனம் செலுத்தினால் மட்டுமே இந்தியா முன்னேற முடியும் என்று தொடர்ந்து வலியுறுத்துகிறார். அதை அக்கறையோடு கேட்பதற்கு ஆட்களில்லை.

பொருளாதாரச் சிந்தனையின் முன்னோடியாகத் தமிழன் இருந்தான் என்ற சிந்தனைக்கு வலுசேர்க்கும் சிலரில் அரவிந்த் சுப்ரமணியன் மிக முக்கியமான இடத்திலிருக்கிறார்.

இந்திரா நூயி

உலகப் புகழ்பெற்ற வணிக நிறுவனங்களின் தலைவர்களுள் ஒருவர் இந்திரா நூயி. 1955ஆம் ஆண்டு அக்டோபர் மாதம் சென்னையில் ஒரு தமிழ்க் குடும்பத்தில் இரண்டாவது மகளாகப் பிறந்தார். இந்திரா நூயியின் தந்தை கிருஷ்ணமூர்த்தி ஸ்டேட் பேங்க் ஆஃப் ஹைதராபாத் வங்கியில் பணி செய்தவர். தாயார் சாந்தா கிருஷ்ணமூர்த்தி இல்லத்தரசி. நடுத்தர வர்க்கத்தைச் சேர்ந்த குடும்பம். தாத்தா பாட்டியோடு கூட்டுக்குடும்ப அமைப்பில் வளர்ந்தார்.

இந்திரா நூயி இன்றைக்கு அடைந்திருக்கும் உயரத்திற்குக் காரணம் அவருடைய தந்தை வழிப் பாட்டனார் என வாய்ப்பு கிடைக்கும்போதெல்லாம் சொல்லியிருக்கிறார். எதையாவது செய்வதாக இருந்தால் சிறப்பாகச் செய் இல்லையென்றால் அதைச் செய்யாதே என்பதை மந்திரமாகவே இந்திரா நூயிக்குச் சொல்லித் தந்தார் அவர்.

இளம் வயதில் தினமும் காலையில் ஐந்து மணிக்கு எழுந்துவிடும் பழக்கமுள்ள இந்திரா நூயி தாத்தாவுக்குச் செய்தித்தாள்களை வாசித்துக் காட்டுவார். தனக்குக் கண்பார்வை சரியில்லை எனப் பொய் சொல்லி இந்தச் செயலுக்கு அவரைப் பழக்கப்படுத்தியதே அவருடைய தாத்தாதான். இந்தப் பழக்கம் பின்னாட்களில் இந்திரா நூயிக்குப் பல வகையிலும் உதவியது.

இளம் வயதிலேயே திருமணம் செய்துகொண்ட அவருடைய அம்மாவுக்கு இரண்டு மகள்களையும் நன்றாகப் படிக்க வைக்க வேண்டுமென்ற ஆசை இருந்தது. ஆனால் பதினெட்டு வயதை எட்டியதும் திருமணம் செய்து கொடுத்துவிடுவேன் என்பதையும் அவர்களுக்கு அவ்வப்போது நினைவூட்டிக்கொண்டே இருப்பார்.

இளம் வயதில் அவருடைய வீட்டிலிருந்த ஈட்டி மர ஊஞ்சல் அந்த வீட்டின் ஆன்மாவாக இருந்தது. எண்ணற்ற கதைகளும் குடும்ப விழாக்களுக்கான நிகழ்வுகளும் அந்த ஊஞ்சலிலமர்ந்தே திட்டமிடப்படும். சென்னையின் விழாக்காலங்கள் இன்றைக்கும் அவருக்குப் பசுமையாக நினைவிலிருக்கிறது.

சென்னை தியாகராய நகரிலுள்ள ஹோலி ஏஞ்சல்ஸ் ஆங்கிலோ இந்தியன் பள்ளியில் பள்ளிக்கல்வியை முடித்தார். மெட்ராஸ் கிறிஸ்டியன் கல்லூரியில் வேதியியல் பாடப்பிரிவில் இளங்கலைப் பட்டம் பெற்றார். கொல்கத்தாவிலுள்ள ஐஐஎம் கல்லூரியில் வணிக மேலாண்மை பயின்றார்.

ஏபிபி, ஜான்சன் அண்ட் ஜான்சன், மேட்டூர் பியர்ட்செல் உள்ளிட்ட நிறுவனங்களில் ஆரம்பக்காலங்களில் பணியாற்றினார். இந்த நிறுவனங்களில் வர்த்தக உத்திகளைத் திறம்படக் கற்றுக்கொண்டாலும் தான் நினைத்த உயரத்தை எட்டுவதற்கு இந்தப் படிப்பு மட்டும் போதாது என உறுதியாக நம்பினார். பார்த்துக்கொண்டிருந்த வேலையை விட்டுவிட்டு அமெரிக்காவுக்குச் சென்றார். யேல் பல்கலைக்கழகத்தில் பொது மற்றும் தனியார் நிர்வாகவியலில் முதுகலைப் பட்டம் பெற்றார்.

யேல் பல்கலைக்கழகத்தில் படித்துக்கொண்டிருந்தபோதே கல்விச் செலவுக்காகத் தனியார் நிறுவனமொன்றில் பகுதி நேரமாக வரவேற்பாளராகப் பணியாற்றினார். மறக்க முடியாத பல தொழில் அனுபவங்களை இந்தப் பணியின் மூலமாக அவர் கற்றுக்கொண்டார்.

1980ஆம் ஆண்டு குடும்பத்தினரின் தொடர் வற்புறுத்தலால் ராஜ் நூயி என்பவரைத் திருமணம் செய்துகொண்டார். அதே ஆண்டு பாஸ்டன் கன்சல்டிங் நிறுவனத்தில் பணிக்குச் சேர்ந்தார். மோட்டரோலா, ஏபிபி போன்ற நிறுவனங்களிலும் திட்டங்களை வகுக்கும் பொறுப்பில் பணியாற்றினார்.

1994ஆம் ஆண்டு உலகின் மாபெரும் நிறுவனங்களில் ஒன்றான பெப்சிகோ குளிர்பான நிறுவனத்தில் திட்டமிடல் மற்றும் வளர்ச்சிப்பிரிவின் துணைத்தலைவராகப் பணிக்குச் சேர்ந்தார் இந்திரா நூயி.

பெப்சிகோவில் சேர்ந்தது முதலே ஒரு விஷயத்தை அவர் தொடர்ந்து வலியுறுத்தி வந்தார். நிறுவனத்தின் பொருள்கள் உலகின் எல்லா இடங்களிலும் கிடைக்க வழிசெய்ய வேண்டும் என்பதுதான் அது. கூட்டு முயற்சியின் மூலமாக இதனைச் செய்ய இயலும் எனச் சொன்னார். குளிரூட்டப்பட்ட அறையில் அமர்ந்துகொண்டு அதிகாரம் செய்யவில்லை. களத்தில் இறங்கி சக ஊழியர்களுடன் வேலை செய்தார். பெப்சிகோ நிறுவனப் பொருள்கள் இன்றைக்கு உலகின் மூலைமுடுக்கெல்லாம் கிடைப்பதற்குக் காரணமாக இருந்தது இந்திரா நூயிதான் என்பதைச் சந்தேகத்திற்கு இடமில்லாமல் சொல்ல முடியும்.

இரண்டாயிரங்களின் ஆரம்பத்தில் உணவுப்பழக்கங்கள் தொடர்பான விழிப்புணர்வால் அமெரிக்க மக்கள் சோடா உட்கொள்வதைத் தவிர்த்தனர். உடல் பருமன் உள்ளிட்ட பல தொடர் நோய்களால் சோடாவுக்கு மிகப் பெரிய சந்தையாக விளங்கிய அமெரிக்காவில் பெப்சிகோ நிறுவனத்தின் விற்பனை சரிவைச் சந்தித்தது. 2007 முதல் 2013 வரையிலான ஆண்டுகளில் இருபது சதவிகிதம் வரை சோடா விற்பனை குறைந்தது. மிகப் பெரிய சந்தை இழப்பையும் முதலீட்டு இழப்பையும் சந்தித்தது பெப்சிகோ நிறுவனம்.

களத்தில் இறங்கினார் இந்திரா. வாடிக்கையாளர்களுக்கு என்னதான் வேண்டுமெனத் துல்லியமாக அறிய நினைத்தார். நேரடியாகக் கடைகளுக்குச் சென்றார். எந்தப் பொருள்களை அதிகம் வாங்குகிறார்கள் என்பதைக் கவனித்தார். வாடிக்கையாளர்களின் தேவைக்கேற்ப செய்ய வேண்டிய மாறுதல்களை உடனடியாகச் செய்தார். அளவு, தரம் என எதிலும் சமரசம் செய்யவில்லை. சத்தான உணவுப்பொருள்களையும் சந்தைக்கு அறிமுகப்படுத்தினார். இவருடைய வருகைக்குப் பின்பு பெப்சிகோ நிறுவனம் வரலாற்றுச் சிறப்புமிக்க வளர்ச்சியைப் பெற்றது.

வடிவமைப்பில் மிகுந்த அக்கறை செலுத்தினார். அதற்கெனத் தனித் துறையையே பெப்சிகோவில் உருவாக்கினார். எதையும்

வாடிக்கையாளரின் கோணத்திலிருந்து அணுகும் முறையை நிறுவனம் முழுக்கக் கடைப்பிடிப்பதை உறுதிசெய்தார்.

இந்திராவின் கடுமையான உழைப்பு அவருக்கும் சேர்த்தே வளர்ச்சியைக் கொண்டுவந்தது. 2006ஆம் ஆண்டு பெப்சிகோ நிறுவனத்தின் ஐந்தாவது தலைமைச் செயலதிகாரியாகப் பொறுப்பேற்றுக்கொண்டார். வெளிநாட்டைச் சேர்ந்த ஒரு பெண் தலைமைச் செயலதிகாரியாகப் பதவியேற்பது பெப்சிகோ நிறுவன வரலாற்றில் அதுதான் முதல்முறை. எத்தனை உயர் பதவிகளைப் பெற்றாலும் களப்பணியை மட்டும் விட்டுவிடவில்லை இந்திரா. உலகின் பல நாடுகளுக்கும் பயணம் மேற்கொண்டார். நிறுவனத்தின் கிளைகளை அத்தனை நாடுகளிலும் திறப்பதற்குத் தேவையான எல்லா வேலைகளையும் செய்தார்.

அந்தந்த நாடுகளுக்கு ஏற்றவாறு உள்ளூர் நட்சத்திரங்களைக்கொண்டு விளம்பரங்களைத் தயாரித்து வெளியிட்டது பெப்சிகோ. இது மிகப் பெரிய பலனைத் தந்தது. பெப்சிகோ நிறுவனத்தின் பொருள்களைத் தெரியாத ஒருவர் இருக்கவே முடியாது என்னும் அளவுக்கு எல்லோரிடமும் சென்றடைந்தது. விற்பனையும் கணிசமாக உயர்ந்தது.

பெப்சி உள்ளிட்ட குளிர்பானங்களைத் தடைசெய்ய வேண்டுமென இந்தியா உள்ளிட்ட பல நாடுகளிலும் எதிர்ப்பு கிளம்பியபோது இந்திரா நூயிதான் பெப்சிகோவின் தலைமைச் செயலதிகாரியாக இருந்தார். அத்தனை பிரச்னைகளையும் சமாளித்தார். பெப்சிகோ நிறுவனப் பொருள்களின் விற்பனை, போராட்டங்களால் குறையவில்லை. இந்திரா நூயியின் தன்னம்பிக்கை மிகுந்த செயல்பாடுகள் பங்குதாரர்களைப் பதற்றப்படாமல் வைத்திருந்தன. 2016ஆம் ஆண்டில் வெளியான புள்ளிவிவரத்தின்படி உலகில் அதிக அளவில் சம்பளம் வாங்குவோர் பட்டியலில் இந்திரா நூயியின் பெயரும் இடம்பெற்றது.

தலைமைச் செயலதிகாரியாகச் சிறப்பாகப் பணியாற்றி வந்த இந்திரா நூயி அந்த நிறுவனத்தின் தலைவராகவும் பொறுப்பேற்றுக்கொண்டார். இந்தியர் ஒருவரின் இந்தச் சாதனை நாடெங்கிலும் பெருமையாகப் பேசப்பட்டது. 2007ஆம் ஆண்டு இந்தியாவின் உயர்ந்த விருதுகளுள் ஒன்றான பத்மபூஷன் விருதினைப் பெற்றார் இந்திரா நூயி.

இவருடைய காலத்தில்தான் டிராபிகானா, குவாக்கர் ஓட்ஸ் உள்ளிட்ட பல்வேறு நிறுவனங்கள் பெப்சிகோவுடன் இணைக்கப்பட்டன. 2017ஆம் ஆண்டு நிலவரப்படி இருநூற்றுக்கும் மேற்பட்ட நாடுகளிலிருந்து பெப்சிகோவுக்குக் கிடைத்த வருவாய் நாலரை லட்சம் கோடியாக இருந்தது. நிறுவனத்தின் பணியாளர்களின் எண்ணிக்கை இரண்டரை லட்சத்துக்கும் அதிகம். பெப்சிகோவின் துணை நிறுவனங்களின் எண்ணிக்கை நூற்றுக்கும் மேல்.

கால் நூற்றாண்டுக்கும் மேலாக பெப்சிகோ நிறுவனத்தின் வளர்ச்சிக்கு மிகப் பெரிய பங்காற்றிய இந்திரா நூயி 2018ஆம் ஆண்டு ஆகஸ்ட் மாதம் தலைமைச் செயலதிகாரி பொறுப்பிலிருந்து விலகினார்.

அமெரிக்கா - இந்தியா வர்த்தகக் கூட்டமைப்பின் தலைவராக 2008ஆம் ஆண்டு பொறுப்பு வகித்தார். அந்த அமைப்பின் அறுபதுக்கும் மேற்பட்ட மூத்த அதிகாரிகளை வழிநடத்தினார்.

கல்வியின் மூலம்தான் பெண்கள் வாழ்க்கையில் உயரமுடியும் என்ற கருத்தில் ஆழமான நம்பிக்கை கொண்டவர் இந்திரா நூயி. மாறிவரும் சூழலுக்கு ஏற்ப தன்னை மாற்றிக்கொள்வதில் அவருக்கு நிகர் அவரே.

ஆண் பெண் சமநிலையைப் பற்றிப் பல இடங்களில் இந்திரா நூயி பேசியிருக்கிறார். தான் அடைந்த வளர்ச்சிக்கு ஓர் ஆணாக இருந்திருந்தால் தன்னுடைய உழைப்பில் பாதியளவு செய்திருந்தாலே போதுமானதாக இருந்திருக்கும் எனத் தெரிவித்தார். வெளியில் எவ்வளவு உயரங்களுக்குச் சென்றாலும் வீட்டில் ஒரு பெண்ணாகக் கடமைச் செய்ய வேண்டிய கட்டாயம் பெண்களுக்கு இருக்கிறது. அது அவருக்குமிருந்தது. மிகப் பெரிய தியாகங்களைச் செய்து தன்னுடைய பணியில் உச்சம் தொட்டார்.

'My Life in Full: Work, Family, and Our Future' என்ற அவருடைய சுயசரிதைப் புத்தகத்தில் பல்வேறு சம்பவங்களை விவரித்திருக்கிறார்.

அமேசான் மற்றும் பிலிப்ஸ் நிறுவனங்களின் நிர்வாகக் குழுவில் இயக்குநராகப் பணியாற்றி வருகிறார். சர்வதேச கிரிக்கெட் கவுன்சிலின் முதல் பெண் இயக்குநராகவும் செயல்பட்டு வருகிறார்.

பல நிறுவனங்கள் இந்திரா நூயியைச் சிறந்த தலைமைச் செயலதிகாரியாக அடையாளப்படுத்தின. ஃபார்ச்சூன் இதழ் வெளியிட்ட மிகவும் சக்திவாய்ந்த பெண்களின் பட்டியலில் 2006ஆம் ஆண்டு முதல் 2010ஆம் ஆண்டு வரை இடம்பெற்றிருந்தார் இந்திரா நூயி. ஃபோர்ப்ஸ் இதழ் வெளியிட்ட இதே பட்டியலிலும் 2008ஆம் ஆண்டு முதல் 2017ஆம் ஆண்டு வரை இடம்பெற்றார்.

டைம்ஸ் இதழ் 2007 மட்டும் 2008ஆம் ஆண்டுகளில் வெளியிட்ட உலகளவில் தாக்கத்தை ஏற்படுத்தும் நூறு பேரின் பட்டியலில் இந்திரா நூயியின் பெயரும் இடம்பெற்றிருந்தது. அதே ஆண்டுகளில் வால்ஸ்ட்ரீட் ஜர்னல் வெளியிட்ட கவனிக்கத்தக்க ஐம்பது பெண்களின் பட்டியலிலும் இந்திரா நூயி இடம்பெற்றிருந்தார்.

நிறுவனத்துக்காக உழைக்கும் பணியாளர்களைத் தக்கவைக்க பல்வேறு வழிமுறைகளைக் கையாண்டார். பணியாளர்களின் பெற்றோருக்குக் கடிதம் எழுதுவதும் அவருடைய வீடுகளுக்குச் சென்று தனிப்பட்ட உறவை வளர்த்துக்கொள்வதும் அவர் கடைப்பிடித்த வழிமுறைகளுள் சில.

இந்திரா நூயி சில விஷயங்களைச் சமரசமின்றி கடைப்பிடிக்கிறார். அவைதான் அவருடைய வெற்றிக்குக் காரணமாக இருக்கின்றன. எதையும் தைரியமாக எதிர்கொள்வது வெற்றிபெற மிக முக்கியமானது. யோசனைகளால் இந்த உலகத்தில் நாம் செய்யத் தயங்குகிற விஷயங்களை வேறொருவர் செய்வதற்கான சாத்தியங்கள் இங்கே அதிகமாக இருக்கின்றன. தைரியமாக அவர் செயல்படுத்திய யோசனைகள் மிகப்பெரிய பலன்களைக் கொடுத்திருக்கின்றன.

ஆர்வத்தோடும் திறந்த மனதோடும் வாழ்நாள் முழுக்கக் கற்றுக்கொண்டே இருப்பது களத்தில் நாம் வலுவாக இருக்கிறோம் என்பதை உறுதிப்படுத்தும். இந்திரா நூயி அதனைத் தொடர்ந்து கடைப்பிடிக்கிறார்.

இலாப நோக்கத்தில் செயல்படுவது தான் கார்ப்பரேட் நிறுவனங்களின் ஆகப்பெரும் உத்தியாக இருக்க முடியும். இந்திரா நூயியும் அதைத்தான் செய்தார். ஆனால் அதை மட்டுமே அல்ல. நோக்கத்துடன் கூடிய செயல்திறன் என்ற உத்தியைக் கடைப்பிடித்தார். வரலாற்றில் இடம்பிடித்தார்.

தர்மன் சண்முகரத்னம்

செப்டம்பர் 14, 2023ஆம் ஆண்டு. சிங்கப்பூர் அரசியல் வரலாற்றில் தமிழர்கள் பெருமைகொள்ளக்கூடிய ஒரு சம்பவம் அரங்கேறியது. இந்திய வம்சாவளியைச் சேர்ந்த சிங்கப்பூர் உச்ச நீதிமன்றத்தின் தலைமை நீதிபதி சுரேஷ் மேனன் பதவிப் பிரமாணம் செய்துவைக்கத் தமிழ் வம்சாவளியைச் சேர்ந்த தர்மன் சண்முகரத்னம் சிங்கப்பூர் அதிபராகப் பதவியேற்றுக்கொண்டார்.

இருபத்திரண்டு வருடங்களாக சிங்கப்பூர் அரசியலில் திறம்படச் செயல்பட்டு வந்தவர் தர்மன் சண்முகரத்னம். 2023ஆம் ஆண்டு நடைபெற்ற அதிபருக்கான தேர்தலில் முதலில் ஆறு பேர் களத்திலிருந்தனர். அவர்களில் மூன்று பேர் போட்டியிடத் தகுதியிழந்தவர்கள் என அறிவிக்கப்பட்டதும் அது மும்முனைப் போட்டியாக மாறியது.

இங்க் கொக் சாங்க், டான் கின் லியோன் என்ற இரண்டு சீனர்களை எதிர்த்து ஆளும் கட்சியான மக்கள் செயல் கட்சியின் *(People's Action Party)* ஆதரவோடு போட்டியிட்டார் தர்மன். உண்மையான சிங்கப்பூர்க்காரருக்கு வாக்களியுங்கள் எனத் தர்மனுக்கு எதிராகப் பிரசாரம் மேற்கொள்ளப்பட்டது. உண்மையில் சிங்கப்பூர் மக்கள் அப்படியெல்லாம் பாகுபாடு பார்ப்பவர்கள் அல்லர். எல்லா இனத்தவர்களும் இணக்கமாக வாழ்கிற நாடு என்பதை மீண்டுமொருமுறை நிரூபிக்கும் வாய்ப்பு அவர்களுக்கு வாய்த்தது.

தேர்தல் முடிவில் மூன்றில் இரண்டு பங்கு வாக்குகளைப் பெற்று சிங்கப்பூரின் ஒன்பதாவது அதிபரானார் தர்மன் சண்முகரத்னம். போட்டியிட்ட இரண்டு சீனர்களும் முறையே பதினாறு மற்றும் பதினான்கு சதவிகித வாக்குகளை மட்டுமே பெற்றனர்.

பொருளாதாரம் மற்றும் நிதித்துறையில் நீண்ட அனுபவம் கொண்ட தர்மனுக்கு மக்கள் அளித்த பேராதரவை உலகமே வியப்போடு பார்த்தது. சீனர்கள் பெரும்பான்மையாக வசிக்கும் சிங்கப்பூரில் இரண்டு சீனர்களை எதிர்த்து அவர் வெற்றி பெற்றது முதல் காரணம். மொத்த வாக்குகளில் மூன்றில் இரண்டு பங்கு வாக்குகளைத் தர்மன் பெற்றது இரண்டாவது காரணம். உண்மையில் இவ்வளவு பெரிய வெற்றியைத் தர்மன் சண்முகரத்னமே அப்போது எதிர்பார்க்கவில்லை. அவருடைய அனுபவம் நாட்டின் வளர்ச்சிக்கு மிக முக்கியமானதாக இருக்கும் என்ற மக்களின் நம்பிக்கை இந்த வெற்றியை அவருக்குப் பெற்றுத் தந்தது.

சிங்கப்பூரில் மக்களால் தேர்ந்தெடுக்கப்பட்ட சீனரல்லாத முதல் அதிபர் என்னும் பெருமைக்குரியவரானார். சிங்கப்பூரில் அதிபராகப் பதவி வகிக்கும் இந்திய வம்சாவளியைச் சேர்ந்த மூன்றாவது நபர் தர்மன் சண்முகரத்னம்.

அதிபர் தேர்தல் பிரசாரத்தின்போது தனிப்பட்ட தாக்குதல்களில் ஈடுபடுவதை முற்றிலும் தவிர்த்தார் தர்மன். *'Respect for all'* என்பதைத் தன்னுடைய தேர்தல் முழக்கமாக முன்வைத்தார். பண்பான பக்குவப்பட்ட தலைவர்களை விரும்பும் சிங்கப்பூர் மக்களிடம் இது நல்ல தாக்கத்தை ஏற்படுத்தியது. அதிபராக இருப்பதைவிட அதிகாரம் மிக்க பிரதமர் பதவிக்கு வரவேண்டும் என மக்கள் நினைத்தனர். ஆனால் தர்மன் அந்தக் கோரிக்கைகளை ஏற்க மறுத்தார். தன் உயரம் எதுவென்று தனக்குத் தெரியும் என்று ஊடகங்களிடம் வெளிப்படையாகச் சொன்னார். மிக முக்கியமாக ஊடகங்களின் கேள்விகளை எதிர்கொள்ளத் தயங்காத தலைவராகத் தொடர்கிறார்.

பிரிட்டிஷ் காலனியின் ஆதிக்கத்திலிருந்த அன்றைய சிங்கப்பூரில் 1957ஆம் ஆண்டு பிறந்தவர் தர்மன் சண்முகரத்னம். இலங்கையில் யாழ்ப்பாணத்தைப் பூர்வீகமாகக்கொண்ட தமிழ் வம்சாவளியைச் சேர்ந்தவர். தர்மனுடைய குடும்பம் பல தலைமுறைகளாகச் சிங்கப்பூரில் வசித்து வருகின்றது.

அவருடைய தந்தை மருத்துவப் பேராசிரியர் கனகரத்னம் சண்முகரத்னம். சிங்கப்பூரில் மதிப்பு மிக்க மனிதர்களில் ஒருவர். புற்றுநோய் தொடர்பான மிக முக்கியமான ஆய்வுகளை மேற்கொண்டவர். மருத்துவ விஞ்ஞானியான கனகரத்னம் 'நோயியல் துறையின் தந்தை' எனச் சிங்கப்பூர் மக்களால் இன்றளவும் நினைவுகூரப்படுகிறார். புற்றுநோய் மற்றும் நோயியல் துறை தொடர்பான பல்வேறு சர்வதேச அமைப்புகளை நிறுவிய பெருமைக்குரியவர்.

சிங்கப்பூரில் ஆங்கிலோ-சீனப் பள்ளியில் பள்ளிக்கல்வியை முடித்தார். லண்டன் ஸ்கூல் ஆஃப் பிசினஸ் கல்லூரியில் இளங்கலைப் பொருளாதாரம் பயின்றார். கேம்பிரிட்ஜ் பல்கலைக்கழகத்தில் பொருளாதாரத்தில் முதுகலைப் பட்டமும் ஹார்வர்ட் பல்கலைக்கழகத்தில் பொது நிர்வாகத்துறையில் முதுகலைப் பட்டமும் பெற்றார். கல்லூரியில் பயிலும்போதே சமூகப் பொருளாதாரம் மற்றும் அரசியல் சார்ந்த செயல்பாட்டாளராகத் திகழ்ந்தார்.

சீன- ஜப்பானிய மரபைக்கொண்ட ஜேன் யுமிகோ இட்டோகி என்ற வழக்கறிஞரைத் திருமணம் செய்துகொண்டார். இட்டோகியும் கலை சார்ந்த சமூகச் செயல்பாடுகளில் தொடர்ச்சியாக ஈடுபட்டு வருகிறார். இவர்களுக்கு மூன்று மகன்களும் ஒரு மகளும் இருக்கின்றனர்.

பொருளாதாரத்தில் நிபுணத்துவம் பெற்ற தர்மன் சிங்கப்பூர் நாணயத்துறையில் முதன்முதலாக வேலைக்குச் சேர்ந்தார். அதன் தலைவராகப் பத்தாண்டுகளுக்கும் மேல் பணியாற்றிய அனுபவம் மிக்கவர். நாட்டின் நாணய அமைப்பைக் கண்காணிக்கும் மிகப் பெரிய பொறுப்பு அது. பிரதமரின் ஆலோசகராகவும் அவர் செயல்பட்டு வந்தார். அரசு நிர்வாகத்துறையிலும் கல்வித்துறையிலும் சில வருடங்கள் பணி செய்தார்.

சிங்கப்பூர் அரசின் முதலீட்டுக் கழகத்தின் துணைத்தலைவராகத் திறம்பட பணியாற்றினார். சர்வதேச நாணய நிதியமைப்புக்கு *(IMF)* ஆலோசனைகள் வழங்கும் அமைப்புக்குத் தலைவராகச் செயல்பட்டார். அனைத்து சமூகத்தையும் உள்ளடக்கிய வளர்ச்சியும் பொருளாதார மேம்பாடும் தர்மனுடைய பொது வாழ்வுக்கான இலக்குகளாக இருந்தன.

குறைந்த வருமானம் ஈட்டிவந்த தொழிலாளர்களுக்கான வேலைவாய்ப்புகளை மேம்படுத்தும் நடவடிக்கைகளை மேற்கொண்டார். நீண்டகால கற்றல் வாய்ப்புகளை உருவாக்கவும் சிங்கப்பூரின் பெருமையான பன்முகக் கலாசாரத்தை வலுவாக்கும் பொருட்டும் பல்வேறு திட்டங்களை அரசுப் பிரதிநிதியாகச் செயல்படுத்திக் காட்டினார்.

2001ஆம் ஆண்டு மக்கள் செயல் (People's Action party) கட்சியில் தன்னை இணைத்துக்கொண்டார். அதே ஆண்டில் ஜீரோம் தொகுதியிலிருந்து முதல்முறையாக நாடாளுமன்ற உறுப்பினராகத் தேர்வு செய்யப்பட்டார். 2003ஆம் ஆண்டு முதல்முறையாக கல்வித்துறை அமைச்சரானார். ஜீரோம் தொகுதியில் நான்கு முறை போட்டியிட்டு வென்றிருக்கிறார். 2007ஆம் ஆண்டு முதல் 2015 வரை நிதி அமைச்சராகப் பணியாற்றினார். அதன்பிறகு மனிதவளத்துறை அமைச்சராகவும் சமூகக் கொள்கைகளுக்கான ஒருங்கிணைப்பு அமைச்சராகவும் 2023ஆம் ஆண்டு வரை பணியாற்றினார்.

அதிபர் தேர்தலில் போட்டியிடும் முடிவிலிருந்த தர்மன் 2023ஆம் ஆண்டு அரசு தொடர்பான அனைத்துப் பணிகளிலிருந்தும் மக்கள் செயல் கட்சியிலிருந்தும் விலகினார். அதிபராவதற்கு முன் சிங்கப்பூரின் துணைப் பிரதமராகவும் பதவி வகித்திருக்கிறார். கல்வி அமைச்சராக இருந்தபோது திறன்களை அடிப்படையாகக்கொண்ட எளிமையான கல்விக் கட்டமைப்பை உருவாக்கினார். அதுவே 2014ஆம் ஆண்டு SkillFuture என்னும் திட்டத்தை நாடு முழுவதும் செயல்படுத்த உதவியாக அமைந்தது.

புதிய முயற்சிகள் மற்றும் திறன்களின் மீது அதிகமான நம்பிக்கை கொண்டவர். அதன் மூலமாக உற்பத்தித் திறனைப் பெருக்கும் நடவடிக்கைகளை மேற்கொள்ளச் செயல்பட்ட மூன்று பேர்கொண்ட குழுவுக்கு ஐந்தாண்டுகள் தலைமை வகித்தார்.

கொரோனாவுக்குப் பிறகான காலகட்டத்தில் சிங்கப்பூர் குடிமக்களுக்கான வேலைவாய்ப்பினை உறுதிசெய்ய தேசிய வேலைவாய்ப்புக் குழுவின் தலைவராகவும் இரண்டாண்டுகள் பணியாற்றினார். 2011 முதல் 2023 வரை சர்வதேசக் கல்வி ஆலோசனைக் குழுவின் தலைவராகப் பதவி வகித்தார். இந்தக் குழு பல்கலைக்கழகங்களுக்குக் கல்வி சார்ந்த வியூகங்களை வழங்கும்

அமைப்பாகத் திகழ்ந்தது. சர்வதேச அளவில் பொருளாதாரம் மற்றும் நிதி சார்ந்த முப்பது நிபுணர்களைக் கொண்ட குழுவுக்கு பத்தாண்டுகளுக்கும் மேலாகத் தலைமையேற்று வழிநடத்தினார்.

ஜி20 பிரதிநிதித்துவக் குழுவின் தலைமைப் பொறுப்பில் பணியாற்றியிருக்கிறார். சிங்கப்பூர் இந்தியர் மேம்பாட்டுச் சங்கத்தின் அறங்காவலர் வாரிய தலைவராகப் பணியாற்றியிருக்கிறார். ஐக்கிய நாடுகளின் தண்ணீர் பொருளாதாரத்துக்கான உலகளாவிய ஆணையத்தின் இணைத்தலைவராகச் செயல்பட்டு வருகிறார். ஐக்கிய நாடுகளின் பன்முகத்தன்மைக்கான உயர்மட்ட ஆலோசனைக்குழுவின் உறுப்பினராகவும் அங்கம் வகிக்கிறார்.

தர்மன் மேற்கொண்ட பணிகள் சிங்கப்பூருக்கு மட்டும் பலனைத் தரவில்லை. பொருளாதார மேம்பாடு தொடர்பாகவும் கொரோனா போன்று எதிர்காலத்தில் ஏற்பட வாய்ப்புள்ள இடர்ப்பாடுகளைக் கையாள்வது தொடர்பாகவும் கல்விக்கான அணுகுமுறை தொடர்பாகவும் செயல்படும் பல்வேறு சர்வதேசக் குழுக்களில் இணைந்து பணியாற்றியிருக்கிறார் தர்மன். எல்லைகளைக் கடந்து மானுடத்தின் மீது அளவற்ற அன்பு கொண்டவர்களால் மட்டுமே சாத்தியப்படும் எதையும் அவர் விட்டுவைக்கவில்லை.

அறுபது லட்சம் மக்கள் தொகையைக் கொண்ட சிங்கப்பூரில் ஐந்து சதவிகித மக்கள் தமிழ் வம்சாவளியைச் சார்ந்தவர்கள். ஒரு சிறுபான்மைச் சமூகத்திலிருந்து தேர்ந்தெடுக்கப்பட்டிருக்கும் தர்மன் ஒட்டுமொத்த மக்களுக்கான அரசுப் பிரதிநிதியாகச் சிறப்பாகச் செயல்பட்டு வருகிறார். இனம் மற்றும் மொழி கடந்து அனைவரையும் அரவணைத்துச் செல்வது அவருடைய பலம்.

தலைமைப் பொறுப்புக்கு அதிகாரம் மட்டுமே போதாது; துறை சார்ந்த ஆழ்ந்த அறிவும் அவசியம். பொருளாதாரம் மற்றும் நிதித்துறையில் தர்மனுக்கு இருக்கும் ஆழமான அறிவு, சிக்கலான நேரங்களில் சரியான முடிவுகளை எடுக்க அவருக்கு உதவுகிறது.

ஹாக்கி, தடகளம், கால்பந்து, கிரிக்கெட் என விளையாட்டில் மிக ஆர்வம் மிக்கவர். விளையாட்டு வீரராக வேண்டுமென்பதுதான் அவருடைய விருப்பமாக இருந்தது. விளையாட்டு மூலமாக வாழ்க்கைக்கான பாடங்களைக் கற்றுக்கொள்ள முடியும் என்பதை அவருடைய செயலால் நமக்கும் கற்றுத்தருகிறார். சூழல் எவ்வளவு

கடுமையானதாக இருந்தாலும் தொடர்ந்து களத்தில் நிற்பதையும் கொள்கைகளில் உறுதியோடு இருப்பதையும் கடைப்பிடிக்கிறார்.

சிங்கப்பூரில் அதிபர் பதவி ஆறு ஆண்டுகளுக்கானது. இந்தியாவைப் போலவே சிங்கப்பூரிலும் பிரதமரிடத்தில்தான் அதிகாரம் அனைத்தும் இருக்கிறது. இருந்தாலும் அதிபருக்கெனச் சில முக்கியமான அதிகாரங்களும் இருக்கின்றன. சிங்கப்பூருக்கும் பிற உலக நாடுகளுக்கும் இடையிலான உறவுகளை வலுப்படுத்தும் பணியைத் தர்மன் திறம்படச் செய்வதற்கு அவருடைய உலகளாவிய செயல்பாடுகள் பக்கபலமாக இருக்கின்றன.

அசோக் எல்லுசாமி

எதிர்காலத் தொழில்நுட்பத்தை முன்கூட்டியே சிந்திக்கக் கூடிய ஆற்றல் பெற்றவர் எலான் மஸ்க். உலகப் பணக்காரர்கள் வரிசையில் முதலிடத்தில் இருப்பவர். அவரிடமிருந்து தமிழர் ஒருவருக்குப் பலமுறை பாராட்டுகள் கிடைத்திருக்கின்றன. அட! என உலகத்தையே திரும்பிப் பார்க்க வைத்த அந்தத் தமிழரின் பெயர் அசோக் எல்லுசாமி.

'தானியங்கி வாகன மென்பொருளுக்கான குழுவை அமைக்கவிருக்கிறோம். ஆர்வமுள்ளோர் தொடர்புகொள்க'. 2015ஆம் ஆண்டு டெஸ்லா நிறுவனர் எலான் மஸ்க்கின் இந்த ட்வீட் பல திறமையாளர்களை டெஸ்லாவுக்குக் கொண்டு வந்து சேர்த்தது. அசோக் எல்லுசாமியும் அப்படித்தான் அந்தக் குழுவில் இணைந்தார்.

தற்போது சான்ஃபிரான்சிஸ்கோவில் வசிக்கும் அசோக் எல்லுசாமி டெஸ்லா நிறுவனத்தின் செயற்கை நுண்ணறிவுப் பிரிவின் துணைத் தலைவராக இருக்கிறார். டெஸ்லா கார்களின் ஆன்மாவாக இருக்கும் 'ஆட்டோபைலட்' மென்பொருள் பிரிவைத் தலைமையேற்று வழிநடத்துகிறார்.

புதுச்சேரியில் பிறந்து சென்னையில் வளர்ந்தவர். அவருடைய அப்பா மெட்ராஸ் ஃபெர்டிலைசர்ஸ் லிமிடெட் என்ற நிறுவனத்தில்

பணியாற்றி ஓய்வு பெற்றவர். 2005ஆம் ஆண்டு முதல் 2009ஆம் ஆண்டு வரை அண்ணா பல்கலைக்கழகத்தின் கிண்டி பொறியியல் கல்லூரி வளாகத்தில் மின்னணு மற்றும் தகவல் தொடர்புப் பாடப் பிரிவில் பயின்றார். ஆராய்ச்சிப் படிப்புகளுக்குப் புகழ்பெற்ற கார்னகி மெல்லன் பல்கலைக்கழகத்தில் ரோபோட்டிக் பொறியியல் பாடப் பிரிவில் முதுகலைப் பட்டம் பெற்றார்.

ரோபோட்டிக் இன்னும் களத்தில் விரிவான அளவில் வளர்ச்சியடையவில்லை. அதனால் ரோபோட்டிக் படித்தால் வேலை கிடைக்காது எனச் சுற்றத்தார் எச்சரித்தனர். ஆனால் அசோக் தன் கனவுகளுக்கு மட்டுமே காது கொடுத்தார். தீர்க்கமான ஒரு முடிவெடுத்தார். ஏதோ ஒரு வடிவில் ரோபோட்டிக்தான் எதிர்கால உலகை ஆளப்போகிறது என்பதைத் திடமாக நம்பினார். அவருடைய நம்பிக்கை இப்போது நிஜமாகிக்கொண்டிருக்கிறது.

பட்டப் படிப்பை முடித்ததும் *BHEL* நிறுவனத்தில் வேலைக்குச் சேர்ந்தார். அவருடைய இயல்புக்கு அந்த வேலை தோதுப்படவில்லை. குறையொன்றுமில்லை. அங்கு அவர் சாதிக்கச், சாத்தியமான வாய்ப்புகள் மிகக் குறைவு. புதிய திறமைகளைக் கற்றுக்கொள்ளவோ சோதித்துப் பார்க்கவோ ஏற்ற இடமாக அது இல்லை. இதை வெகு விரைவாகப் புரிந்துகொண்டார். நிதானமான அந்த வேலையைச் சீக்கிரமாகக் கைவிட்டார்.

WABCO என்ற தனியார் நிறுவனத்தில் வேலைக்குச் சேர்ந்தார். வாகனங்களைக் கட்டுப்படுத்தும் அமைப்பை உருவாக்கும் மென்பொருள் பொறியாளராக அங்கே பணி செய்தார். கல்லூரியில் படிக்கும்போதே ரோபோட்டிக் தொடர்பான பல திட்டங்களைத் திறம்படச் செய்தவர்க்கு இந்த வேலை சரியான தேர்வாக இருந்தது. கல்லூரியில் ரோபோட்டிக் தொடர்பான அனைத்துப் போட்டிகளிலும் பங்கேற்றது அவருக்கு நல்ல அனுபவத்தைப் பெற்றுத் தந்தது.

தாம் எழுதிய கட்டளைகள் நிரம்பிய ஒரு நிரலின் மூலமாக ரோபோக்கள் செய்து முடித்த பணிகள் அவருக்கு மிகுந்த திருப்தியைத் தந்தன. தாம் சொல்வதை எல்லாம் கேட்கும் ஒருவரை யாருக்குத்தான் பிடிக்காது. அவருக்கு ரோபோக்கள் மிக விருப்பமாகிப் போனது இந்தப் புள்ளியிலிருந்துதான்.

அதன்பிறகு வோக்ஸ்வேகன் மின்னணுவியல் ஆராய்ச்சிக் கூடத்தில் ஆராய்ச்சியாளராக இணைந்தார். இந்தப் பணி அனுபவங்கள்தான் அசோக்கை டெஸ்லா வரை அழைத்து வந்தது. டெஸ்லாவின் குறிக்கோளும் அசோக்கின் ஆர்வமும் இணைந்தபோது வெற்றியைத் தவிர வேறொன்றை நினைத்துக்கூடப் பார்க்க முடியாதல்லவா? அதுதான் இப்போது நடந்துகொண்டிருக்கிறது.

ஆட்டோபைலட் திட்டத்துக்கு எலான் மஸ்க்கால் முதல் பணியாளராகத் தேர்ந்தெடுக்கப்பட்டவர் அசோக். ரோபோட்டிக்ஸ், செயற்கை நுண்ணறிவு, இயந்திரக் கற்றல் ஆகிய துறைகளில் நிபுணத்துவம் பெற்றவர். ஓட்டுநர் இல்லாத தொழில் நுட்பம் (Full Self Driving - FSD), கம்ப்யூட்டர் விஷன் ஆகியவற்றிற்கான மென்பொருளை உருவாக்குவதில் அசோக்கின் பங்கு முதன்மையானது.

2014ஆம் ஆண்டு ஜனவரியில் டெஸ்லாவில் மென்பொருள் பொறியாளராகப் பணிக்குச் சேர்ந்தார். 2015ஆம் ஆண்டு அக்டோபர் மாதம் டெஸ்லாவின் முதல் ஆட்டோபைலட் அறிமுகப்படுத்தப்பட்டது. 2019ஆம் ஆண்டு முதல் அந்த நிறுவனத்தின் செயற்கை நுண்ணறிவுத் துறைக்குத் தலைமையேற்று வழிநடத்தும் பொறுப்பிலிருக்கிறார். டெஸ்லாவின் ஒட்டுமொத்த செயற்கை நுண்ணறிவுக் கட்டமைப்பையும் தீர்மானிக்கும் மிக உயரிய பதவி. ஓட்டுநர் இல்லாத வாகனங்களைச் சாலையில் இயக்கும் நோக்கத்தோடு இவரது அணி தீவிரமாக வேலை செய்துகொண்டிருக்கிறது.

டெஸ்லாவின் செயற்கை நுண்ணறிவு மென்பொருள் கட்டமைப்பில் அவர் ஏற்படுத்திய மாற்றங்களும் கேமராக்கள் மூலமாக மட்டுமே காரைச் செலுத்த உதவும் 'டெஸ்லா விஷன்' திட்டத்தில் அவருடைய பங்களிப்பும் பாராட்டுகளைப் பெற்றன.

ரேடார்களைக் கழற்றிவிட்டு கேமராக்களை மட்டுமே வைத்து காரைச் செலுத்தலாம் என எலான் மஸ்க் தன் குழுவினரிடம் சொன்னபோது, 'எஸ் பாஸ்' எனச் சொன்ன ஒரே நபர் அசோக் மட்டுமே. சொன்னதோடு நிற்காமல் நியூரல் நெட்வொர்க் நுட்பத்தை மேம்படுத்தி கேமராக்கள் மூலமாக கார்கள் சாலையைப் புரிந்துகொள்ளும் தொழில்நுட்பத்தைத் தமது அணியோடு சேர்ந்து உருவாக்கினார். ஒரு விஷயம் முன்பு எப்படிச் செய்யப்பட்டது

என்பதைப் பார்க்காமல், அது ஏன் அப்படிச் செய்யப்பட்டது? அதை இன்னும் எளிமையாகச் செய்ய முடியுமா என மஸ்க்கும் அசோக்கும் ஒரே கோட்டில் சிந்தித்ததன் விளைவாகத்தான் இந்தப் புதிய தொழில்நுட்பம் பிறந்தது.

ஊழியர்களிடம் அதிகமான உழைப்பைக் கோரும் எலான் மஸ்க்கின் நிறுவனத்தில் பதினொரு வருடங்களுக்கும் மேலாக பணிபுரிவது சாதாரணமல்ல. பூஜ்ஜியத்திலிருந்து தொடங்கி இப்போதைய தொழில்நுட்ப சாத்தியங்கள் வரையிலான காலகட்டங்களில் இரவு பகல் பாராமல் உழைத்திருக்கிறார். திறமைமிக்க இந்தியர்களால் அமெரிக்கா மிகப் பெரிய அளவில் பலனை அடைந்திருக்கிறது என எலான் மஸ்க் சொன்னது அசோக் எல்லுசாமியையும் சேர்த்துத்தான்.

அவர் டெஸ்லாவின் வளர்ச்சிக்கு மிக முக்கியமான நபர் என்பதை எலான் மஸ்க்கின் வார்த்தைகள் மூலமாக நாம் புரிந்துகொள்ள முடிகிறது. ‘அசோக் எல்லுசாமியும் அவருடைய திறமையான அணியும் இல்லாது போயிருந்தால் டெஸ்லா மற்றுமொரு கார் தயாரிப்பு நிறுவனமாகவே இருந்திருக்கும்’ எனச் சொன்னார் எலான் மஸ்க்.

இன்னும் சில பத்தாண்டுகளில் தானியங்கிக் கார்களின் வளர்ச்சி அபரிமிதமாக இருக்கும். தற்போது நாம் ஓட்டிக்கொண்டிருக்கும் கார்கள் காட்சிப்பொருள்களாக மாறிவிடும். சொந்தமாகக் கார்களை வாங்கவேண்டிய அவசியமிருக்காது. சாலைகளில் உலவிக்கொண்டிருக்கும் எந்தத் தானியங்கிக் கார்களையும் பணம் செலுத்திப் பயன்படுத்தலாம் என்ற சூழல் வந்துவிட்டால் யானையை வாங்கித் தீனி போடவேண்டிய அவசியமிருக்காது.

வீடுகளிலும் தொழிற்கூடங்களிலும் யோசிக்கத் தெரிந்த மனித உருவ ரோபோக்களின் ஆதிக்கம் அதிகரிக்கும். பள்ளிக்குழந்தைகளுக்குக் கற்றுத்தரும் ரோபோக்கள் அறிமுகமாகும். ஒவ்வொரு குழந்தைக்கும் தனித்துவமான கவனத்தோடு கற்பிக்கும் ரோபோக்களால் குழந்தைகளின் கற்கும் திறன் அதிகரிக்கும்.

இந்த ரோபோக்கள் வெறும் இயந்திரங்கள் மட்டுமே அல்ல. அவை மனிதர்களைப் போலவே யோசித்துச் செயல்படும் திறன் *(Vision based - AI)* கொண்டவையாக இருக்கும். மனித

உருவ ரோபோக்களும் மனிதர்களும் மிகச் சாதாரணமாகப் பேசிக்கொள்ளும் காலம் வெகு தொலைவில் இல்லை.

வழக்கமாக மனிதர்கள் செய்யும் காட்சிப்பதிவுகள், படங்களை உருவாக்குதல் போன்ற வேலைகளை இப்போதே செயற்கை நுண்ணறிவுத் தொழில் நுட்பம் செய்ய ஆரம்பித்துவிட்டது. இதனுடைய வளர்ச்சி இன்னும் வேகமெடுக்கும். என்ன செய்ய வேண்டுமென அந்த இயந்திரத்துக்குப் புரியும்படி சொல்வது மட்டுமே மனிதர்களின் வேலையாக மாறிவிடும்.

எதிர்கால உலகம் எப்படியெல்லாம் மாறப்போகிறது என்பதற்கு அசோக் எல்லுசாமி சொல்லும் சில உதாரணங்கள்தான் மேலே சொன்னவை.

கண்காணிப்பாளர் இல்லாத முழுவதும் சுயமாக ஓட்டும் அமைப்பைச் சமீபத்தில் சோதனை செய்து பார்த்திருக்கிறது டெஸ்லா. ஓட்டுநர் இல்லாமல் பின்னிருக்கையில் பயணிகள் மட்டுமே அமர்ந்திருந்த வாகனத்தில் இந்த சோதனையை வெற்றிகரமாக நிகழ்த்திக்காட்டியிருக்கிறது அசோக் எல்லுசாமியின் தலைமையிலான அணி.

உலகத்தரமான பல தொழில்நுட்ப மாநாடுகளில் தன்னுடைய ஆய்வுக்கட்டுரைகளைச் சமர்ப்பித்திருக்கிறார் அசோக் எல்லுசாமி. அவ்வப்போது தொழில்நுட்ப முன்னேற்றங்கள் குறித்தத் தகவல்களை அவருடைய எக்ஸ் தளத்தில் பதிவிட்டு வருகிறார்.

டெஸ்லாவின் மனித உருவ ரோபோக்களை *(Humanoid Robots)* உருவாக்கும் திட்டமான ஆப்டிமஸ் திட்டத்திற்கும் தலைமை வகிக்கிறார் அசோக் எல்லுசாமி. டெஸ்லா கார்களில் பயன்படுத்தப்படும் கம்ப்யூட்டர் விஷன், நியூரல் நெட்வொர்க் போன்ற தொழில்நுட்பங்கள்தான் ஆப்டிமஸ் திட்டத்திற்கும் பயன்படுத்தப்படுகின்றன. இந்தத் திட்டம் வெற்றியடைந்தால் டெஸ்லா காரின் வணிகத்தை விடப் பல மடங்காக அது இருக்கும்.

‘அசோக் தொடர்ந்து கற்றுக்கொள்ளும் மாணவராக இருக்கிறார். அவரது ஆற்றலும் சுய ஊக்கமும் பாராட்டுதலுக்கு உரியவை’ என்கிறார் அசோக்குக்கு ரோபோட்டிக்ஸ் பாடம் நடத்திய பேராசிரியர் ஜான் டோலன்.

‘சிக்கலான மென்பொருள்களை உருவாக்க, கணிதம் மற்றும் இயற்பியல் பாடங்களில் அடிப்படையை ஆழமாகப் புரிந்துகொள்ள வேண்டும். நேரியல் இயற்கணிதமும் புள்ளியியலும் செயற்கை நுண்ணறிவைப் புரிந்துகொள்வதற்கு முன்னர் படிக்க வேண்டிய பாடங்கள்’ என்கிறார் அசோக் எல்லுசாமி.

மேம்படுத்தப்பட்ட ஆட்டோபைலட் தொழில்நுட்பத்தின் வளர்ச்சிக்காகப் பணியாற்றிய இவருக்கு 2026ஆம் ஆண்டுக்கான *‘Pioneer Award’* விருதை அளித்திருக்கிறது மோட்டார் டிரெண்ட் அமைப்பு. தொழில்துறையின் திறன்களையும் திசையையும் அடிப்படை ரீதியாக மேம்படுத்தும் தனிநபர்களுக்கு இந்த உயரிய விருது வழங்கப்படுகிறது.

மென்பொருள்களை நேரடியாகச் சோதிப்பதிலும் அதில் நிகழும் பிழைகளைச் சரிசெய்வதிலும் இப்போதும் அதிக கவனம் செலுத்தி வருகிறார்.

மிக விரைவில், கால்கள் முளைத்த கணினிகளை இந்த உலகம் பார்க்கப்போகிறது. அதற்கு மிக முக்கியக் காரணமாக எதிர்காலத்தைத் தீர்மானிக்கும் உலகத்தரம் வாய்ந்த தொழில்நுட்பத்தை உருவாக்கிக்கொண்டிருக்கும் தமிழரான அசோக் எல்லுசாமி இருக்கப்போகிறார்.

அனிதா ஆனந்த்

கனடா நாட்டில் 2015 முதல் 2025 வரை லிபரல் கட்சியின் சார்பாக பிரதமராக இருந்தவர் ஜஸ்டின் ட்ரூடோ. அரசியல் நெருக்கடி காரணமாக இவர் பதவியிலிருந்து விலகும் சூழல் உருவானது. அடுத்த பிரதமர் வேட்பாளரையும் லிபரல் கட்சியின் தலைவரையும் தேர்ந்தெடுக்க, கட்சிக்குள் கடுமையான போட்டி நிலவியது. போட்டிக்கான அந்தப் பட்டியலில் அனிதா ஆனந்த்தின் பெயரும் இடம்பெற்றிருந்தது.

ட்ரூடோவின் அமைச்சரவையில் போக்குவரத்துத்துறை அமைச்சராகப் பதவி வகித்து வந்த அனிதா ஆனந்த் தமிழகத்தைப் பூர்வீகமாகக் கொண்டவர். அனிதாவின் தந்தை தமிழகத்தைச் சேர்ந்தவர். பொது அறுவைச் சிகிச்சை மருத்துவர். தாயார் சரோஜ் ராம் பஞ்சாபைப் பூர்வீகமாகக்கொண்டவர். மயக்க மருந்து நிபுணர்.

1960களின் தொடக்கத்தில் வட அமெரிக்க நாடுகளில் மருத்துவர்களுக்கான தேவை பெருமளவில் இருந்தது. குறிப்பாக, கனடாவின் கிராமப்புறப் பகுதிகளில் பணியாற்ற மருத்துவர்களுக்கு வாய்ப்புகள் அதிகமிருந்தன. முதலில் நைஜீரியாவில் குடியேறிய அனிதாவின் பெற்றோர் குழந்தைகளின் சிறந்த கல்விக்காகவும் பாதுகாப்பான எதிர்காலத்துக்காகவும் கனடாவுக்கு இடம் பெயர்ந்தனர். நோவா ஸ்கோஷியோ மாகாணத்தின் கெண்ட்வில்

பகுதியில் வசித்து வந்த மிகச் சில தெற்காசியக் குடும்பங்களில் அனிதாவின் குடும்பமும் ஒன்று.

அனிதாவின் தந்தை வழிப் பாட்டனார் வி.ஏ. சுந்தரம், கோவை மாவட்டம் வெள்ளலூரரைச் சேர்ந்தவர். இந்திய சுதந்திரப் போராட்டத்தில் மிக முக்கியப் பங்காற்றியவர். 1915ஆம் ஆண்டு முதல் மகாத்மா காந்தியோடு நெருங்கிய தொடர்பிலிருந்தார். இந்திய சுதந்திரப் போராட்டம் குறித்த விழிப்புணர்வை ஏற்படுத்த ஐரோப்பாவுக்கு அனுப்பப்பட்டார். இந்தப் பயணத்தின்போது பெர்லினுக்கு அருகிலிருந்த பாட்ஸ்டாம் நகரில் உலகப்புகழ் பெற்ற இயற்பியலாளர் ஆல்பர்ட் ஐன்ஸ்டீனைத் தற்செயலாகச் சந்தித்தார். இந்தச் சந்திப்பின் வழியாக காந்தி முன்னெடுத்த அகிம்சைத் தத்துவங்கள் குறித்து ஐன்ஸ்டீனிடம் விவரித்தார். இந்தச் சந்திப்புதான் ஐன்ஸ்டீன் - காந்தி என்ற இரண்டு மாபெரும் சிந்தனையாளர்களிடையே வரலாற்றுச் சிறப்புமிக்க கடிதப் போக்குவரத்துக்குத் தொடக்கமாக இருந்தது.

பனாரஸ் பல்கலைக்கழகத்தின் செயலாளராக நீண்டகாலம் பணியாற்றிய வி.ஏ. சுந்தரத்தின் பொதுச்சேவையும் பாரம்பரியமுமே தன்னை அரசியலுக்கு அழைத்து வந்ததாக அனிதா ஆனந்த் குறிப்பிடுகிறார்.

1967ஆம் ஆண்டு கனடாவின் கென்ட்வில் என்ற பகுதியில் பிறந்தார் அனிதா ஆனந்த். குயின் பல்கலைக்கழகத்தில் அரசியல் அறிவியல் பாடப்பிரிவில் தங்கப் பதக்கத்தோடு பட்டப் படிப்பை நிறைவு செய்தார். சட்டத்தின் கோட்பாடுகளையும் தத்துவங்களையும் பற்றிய *'Jurisprudence'* படிப்பை ஆக்ஸ்ஃபோர்ட் பல்கலைக்கழகத்தில் முடித்தார். கனடாவின் நோவா ஸ்கோஷியாவிலுள்ள புகழ்பெற்ற டல்ஹௌசி பல்கலைக்கழகத்தில் சட்டம் பயின்றார்.

டொரண்டோ பல்கலைக்கழகத்தில் சட்ட மேற்படிப்பையும் முடித்த பிறகு இருபதாண்டுகள் சட்டப் பேராசிரியராகப் பணியாற்றினார். யேல், குயின்ஸ், வெஸ்டர்ன் ஒண்டாரியோ மற்றும் டொரண்டோ பல்கலைக்கழகங்களில் பணியாற்றியிருக்கிறார். டொரண்டோ பல்கலைக்கழகத்தில் சட்டப் பேராசிரியராக இருந்தபோது ஜே.ஆர். கிம்பர் என்ற உயரிய பதவியில் இருந்தார். கார்ப்பரேட் கவர்னன்ஸ் மற்றும் முதலீட்டாளர் பாதுகாப்பு ஆகிய துறைகளில் தலைசிறந்த நிபுணர் அனிதா ஆனந்த்.

முன்னாள் முதலீட்டு வங்கியாளரான கனடாவைச் சேர்ந்த ஜான் நோல்டன் என்பவரைத் திருமணம் செய்துகொண்ட அனிதாவுக்கு நான்கு குழந்தைகள் இருக்கின்றனர்.

அரசியல் மீதிருந்த ஆர்வத்தால் 2019ஆம் ஆண்டு லிபரல் கட்சியில் இணைந்தார் அனிதா. அதே ஆண்டில் ஓக்வில்லின் பிரதிநிதியாக நாடாளுமன்றத்துக்குத் தேர்வு செய்யப்பட்டார். 2019 முதல் 2021 வரை பொதுச்சேவைகள் மற்றும் கொள்முதல் அமைச்சராகப் பதவி வகித்தார். அவர் அமைச்சராகப் பதவியேற்ற சில மாதங்களிலேயே கொரோனா தொற்று உலகம் முழுக்கப் பரவியது. கனடாவிடம் தடுப்பூசிகளை உற்பத்தி செய்யும் வசதிகள் அப்போது இல்லை. அந்தச் சமயத்தில் தடுப்பூசிகளையும் PPE உபகரணங்களையும் கொள்முதல் செய்யும் குழுவுக்குத் தலைமை வகித்தார். மிகக் குறைந்த காலத்தில் தடுப்பூசி விகிதத்தை அதிகப்படுத்தினார்.

கனடாவின் ராயல் சொசைட்டியால் வழங்கப்படும் இவான் அலைர் பதக்கத்தை 2019ஆம் ஆண்டு பெற்றார் அனிதா ஆனந்த். பொது நிறுவனங்களிலும் தனியார் நிறுவனங்களிலும் நிர்வாகத்துறையில் சிறந்த பங்களிப்பை வழங்குவோருக்கு இந்த விருது வழங்கப்படுகிறது.

அனிதாவின் கடின உழைப்புக்குப் பரிசாக நாட்டின் பாதுகாப்பு அமைச்சராக 2021ஆம் ஆண்டு நியமிக்கப்பட்டார். இரண்டாண்டுகள் பாதுகாப்பு அமைச்சகத்தைக் கவனித்து வந்த அனிதாவுக்கு ரஷ்யா- உக்ரைன் போர் உச்சத்திலிருந்த சமயம் அவருடைய பணியும் சவால் மிக்கதாக மாறியது. பொறுப்புகள் அதிகமாகின. உக்ரைனுக்கு ராணுவ உதவிகளைச் செய்யும் வேலையைத் திறம்படச் செய்தார்.

பாதுகாப்புத் துறை அமைச்சராக, கனடாவின் ஆயுதப் படைகளில் மிக முக்கியமான சீர்திருத்தங்களைச் செய்தார். பாலியல் துன்புறுத்தல்களுக்கு எதிராகக் கடுமையான நடவடிக்கைகளை எடுத்தார். பெண்கள் மற்றும் சிறுபான்மையினர் ராணுவத்தில் பங்கேற்பதன் வழியாகப் பன்முகத் தன்மையை அதிகரித்தார். இராணுவ நீதி அமைப்புகளில் வெளிப்படைத்தன்மையை ஆதரித்ததோடு அதனை நவீனப்படுத்தினார். ராணுவ வீரர்களுக்கான மனநல சேவைகளை மேம்படுத்தினார்.

அடுத்த இரண்டாண்டுகள் ட்ரூடோவின் அமைச்சரவையில் கருவூல வாரியத்தின் தலைவராக நிதி மேலாண்மைக்குத் தலைமை வகித்தார்.

போக்குவரத்துத் துறை அமைச்சராக உள்நாட்டு வர்த்தக நடவடிக்கைகளைச் சீர்படுத்தினார். துறைமுக உள்கட்டமைப்புக்கும் பசுமை போக்குவரத்துக்கும் அதிக முக்கியத்துவமளித்தார்.

2025ஆம் ஆண்டு நடைபெற்ற தேர்தலில் லிபரல் கட்சியின் பிரதமர் வேட்பாளராக மார்க் கார்னி அறிவிக்கப்பட்டார். தேர்தலில் வெற்றிபெற்று பிரதமராகப் பதவியேற்ற மார்க் கார்னி, அனிதா ஆனந்தை வெளியுறவுத்துறை அமைச்சராக்கினார். இந்து மதத்தைச் சேர்ந்த ஒருவர் கனடாவின் வெளியுறவுத்துறை அமைச்சராகப் பதவியேற்பது அதுவே முதல்முறை.

2023ஆம் ஆண்டு காலிஸ்தான் ஆதரவாளர் கனடாவில் படுகொலை செய்யப்பட்ட சம்பவத்துக்குப் பிறகு இந்தியா - கனடா நாடுகளுக்கு இடையிலான உறவு, சிக்கலானதாக மாறியது. இரண்டு நாடுகளும் அவரவர் அரசுப் பிரதிநிதிகளைத் தங்களுடைய நாடுகளுக்குத் திரும்ப அழைத்துக்கொண்டனர். விசா வழங்கும் நடைமுறையை இரண்டு நாடுகளும் காலவரையின்றி நிறுத்தி வைத்தன. பதற்றமான சூழல் மெல்லத் தணிந்தது.

இந்தச் சம்பவங்களுக்குப் பிறகு அனிதா ஆனந்த் வெளியுறவுத்துறை அமைச்சராக நியமிக்கப்பட்டது இரு நாட்டு உறவுகளை வலுப்படுத்தும் முயற்சியாகப் பார்க்கப்பட்டது. அனிதா ஆசிய நாடுகளுடனான கனடாவின் உறவைப் பலப்படுத்துவார் என்ற நம்பிக்கை உருவானது.

அக்டோபர் 2025ஆம் ஆண்டு இந்தியா வந்த அனிதா ஆனந்த் பிரதமர் நரேந்திர மோடியைச் சந்தித்து இரு நாட்டு உறவுகளையும் மீட்டெடுக்கும் நடவடிக்கைகளை மேற்கொண்டார். 2030ஆம் ஆண்டுக்குள் இரு நாடுகளுக்கும் இடையிலான வர்த்தகத்தை எழுபது பில்லியன் டாலர்களாக உயர்த்தும் திட்டத்துக்கான பேச்சுவார்த்தைகள் தொடங்கப்பட்டன. இரு நாடுகளுக்கு இடையிலான உறவைப் பலப்படுத்தும் புதிய செயல் திட்டங்களை நடைமுறைப்படுத்தினார். செயற்கை நுண்ணறிவு, பசுமை ஆற்றல் உள்ளிட்ட துறைகளில் இந்தியாவோடு இணைந்து செயல்படும் திட்டமும் விரைவில் செயல்பாட்டுக்கு வரவிருக்கிறது.

சீனாவுக்குத் தேவையான இடங்களில் ஒத்துழைப்பு வழங்குவதும் தேவையான நேரங்களில் சவால் விடுவதும் அவசியமானது என்பது அனிதாவின் நிலைப்பாடு. போர்ச்சூழலிலிருந்த காசாவுக்கு முன்னூறு மில்லியனுக்கும் அதிகமான நிதியுதவிகளைச் செய்தார். மொத்தத்தில் முந்தைய அரசுகளிலிருந்து வேறுபட்ட வெளியுறவுக் கொள்கைகளை அமல்படுத்தினார்.

எந்தப் பொறுப்பைக் கொடுத்தாலும் அதைத் திறம்படச் செய்து முடிக்கும் ஆற்றல் கொண்டவரான அனிதாவைத் தேடிப் பல முக்கியப் பொறுப்புகள் வந்தன. ஒவ்வொருமுறை அமைச்சராகப் பொறுப்பேற்கும்போதும் பகவத்கீதையை சாட்சியாக முன்வைத்துப் பதவிப் பிரமாணம் செய்துகொள்வது அனிதாவுடைய வழக்கம்.

கனடாவில் உள்ள தமிழ் மற்றும் தெற்காசியச் சமூகத்தின் பிரதிநிதியாகவும் முன்னுதாரணமாகவும் இருக்கிறார் அனிதா ஆனந்த். அரசியலில் பங்கெடுப்பதற்கு முன்னரே ஓக்வில் மருத்துவமனை அறக்கட்டளை மற்றும் லைட் ஹவுஸ் போன்ற சமூக அமைப்புகளில் இணைந்து சேவை செய்திருக்கிறார்.

வெளியுறவுத்துறை அமைச்சராகப் பல்வேறு நாடுகளுடனான தொடர்பு அவரை சர்வதேசத் தலைவருள் ஒருவராக அறியப்படும் வாய்ப்பை உருவாக்கியிருக்கிறது. கட்சிக்குள் அவருடைய செல்வாக்கு முன்னெப்போதையும்விட உயர்ந்திருக்கிறது. கனடாவின் அடுத்த பிரதமராவதற்கான அத்தனை தகுதிகளையும் காலம் அனிதாவுக்குப் பரிசளித்திருக்கிறது. எதிர்கால அரசியல் சூழலும் அனிதாவின் தொடர்ந்த முயற்சியும் அவரை இன்னும் பல உயரங்களுக்கு அழைத்துச் செல்லும்.

சேதுராமன் பஞ்சநாதன்

1961ஆம் ஆண்டு சென்னையில் பிறந்து வளர்ந்தவர் சேதுராமன் பஞ்சநாதன். அவருடைய தந்தை அண்ணா பல்கலைக்கழகத்தின் கீழ் இயங்கும் சென்னைத் தொழில்நுட்பக் கல்லூரியில் (MIT) பேராசிரியராகப் பணியாற்றி ஓய்வு பெற்றவர்.

மெட்ராஸ் கிறிஸ்டியன் கல்லூரி மேல்நிலைப் பள்ளியில் பள்ளிப்படிப்பைப் படித்தார். மாலை நேரங்களில் தந்தையுடன் பல்வேறு அறிவியல் விதிகளைப் பற்றி விவாதிப்பது அவருடைய வழக்கமாக இருந்தது. இதுதான் அவர் சாதனைத் தமிழராக உச்சம் தொடுவதற்கான ஆரம்பப் புள்ளியாக அமைந்தது. ஆரம்ப கால கல்வியும் ஆசிரியர்களின் வழிகாட்டுதல்களும் அவரை அடுத்தடுத்த கட்டங்களுக்கு அழைத்துச் சென்றன.

இளம் வயதிலிருந்தே கிரிக்கெட் விளையாட்டில் ஈடுபாடு மிக்கவராக இருந்தார். குழுவாக இணைந்து செயல்படும் பண்பை இந்த விளையாட்டின் மூலமாகவே கற்றார்.

விவேகானந்தா கல்லூரியில் இயற்பியலில் இளங்கலைப் பட்டம் பெற்றார். பெங்களூருவில் உள்ள இந்திய அறிவியல் கழகத்தில் மின்னணுவியல் மற்றும் தகவல் தொழில்நுட்பப் பாடப்பிரிவில் இளங்கலைப் பொறியியல் பட்டம் பெற்றார். அதன்பிறகு சென்னை திரும்பி ஐஐடியில் இரண்டாண்டுகள் மின் பொறியியல் பாடப்பிரிவில் பயின்று முதுகலைப் பட்டம்

பெற்றார். தனி மனிதனின் வளர்ச்சியில் கல்வி நிறுவனங்களுக்கு மிக முக்கியப் பங்குண்டு. சென்னை ஐஐடி-யின் வளாகச் சூழல்தான் அவர் ஆராய்ச்சியில் ஈடுபடுவதற்குக் காரணமாக அமைந்தது. கனடாவின் ஒட்டாவா பல்கலைக்கழகத்தில் மின் மற்றும் கணினிப் பொறியியலில் 1989ஆம் ஆண்டு முனைவர் பட்டம் பெற்றார்.

மிக நீண்ட ஆண்டுகள் படித்து முடித்த சேதுராமன் 1989ஆம் ஆண்டு ஒட்டாவா பல்கலைக்கழகத்தில் பேராசிரியராகப் பணிக்குச் சேர்ந்தார். அங்கே இரண்டாண்டுகள் வேலை செய்தார். அதன்பிறகு அரிசோனா மாநிலப் பல்கலைக்கழகத்தில் பேராசிரியராக இணைந்தார். இந்தப் பல்கலைக்கழகத்தின் அறிவுசார் நிறுவனத்தின் துணைத் தலைவராகவும் முதன்மை ஆராய்ச்சியாளராகவும் கண்டுபிடிப்பாளராகவும் பணியாற்றினார்.

ஆராய்ச்சி, தொழில்முனைவு, பொருளாதார மேம்பாடு ஆகிய துறைகளில் நிபுணத்துவம் கொண்டவராகத் தன்னை வளர்த்துக்கொண்டார். ஐந்நூற்றுக்கும் மேற்பட்ட ஆய்வுக்கட்டுரைகளை வெளியிட்டிருக்கிறார். செயற்கை நுண்ணறிவு, மனிதனை மையமாகக்கொண்ட கணினித் தொழில்நுட்பம், மாற்றுத் திறனாளிகளுக்கு உதவும் தொழில்நுட்பங்கள் ஆகிய பிரிவுகளின் கீழ் இவருடைய ஆராய்ச்சிகள் அமைந்தன.

இவருடைய முக்கியமான ஆராய்ச்சித் திட்டங்களில் ஒன்றாக இன்றளவும் பாராட்டப்படுவது *iCARE (Individualized Cognitive Assistive Research Environments)* என்னும் திட்டம். அரிசோனா மாநிலப் பல்கலைக்கழகத்தில் அவர் நிறுவிய *CUbiC (Center for Cognitive Ubiquitous Computing)* என்ற அறிவியல் மையத்தின் கீழ் இந்தத் திட்டம் செயல்படுத்தப்பட்டது. பார்வையற்றோர் மற்றும் பார்வைக் குறைபாடுள்ளவர்களின் அன்றாட வாழ்க்கைத் தரத்தைச் செயற்கை நுண்ணறிவு மற்றும் கணினித் தொழில் நுட்பங்களைப் பயன்படுத்தி மேம்படுத்துவது இந்தத் திட்டத்தின் நோக்கமாக இருந்தது. தான் பெற்ற கல்வியால் சமுதாயம் பயன்பெற வேண்டுமென்ற உயரிய நோக்கத்தோடு சேதுராமனால் முன்னெடுக்கப்பட்ட திட்டங்களில் இதுவும் ஒன்று. இந்தத் திட்டத்திற்காக அரிசோனா மாகாணத்தின் *'Governor's Innovator of the Year'* விருதினைப் பெற்றார்.

மனிதர்களுடைய முகபாவனைகளையும் குரலையும் ஆராய்ந்து அவர்களுடைய தன்மையை அறியும் இயந்திரக் கற்றல் மாதிரிகளை உருவாக்கினார். இது ஆட்டிசம் குறைபாடுள்ள குழந்தைகளுக்கு மற்றவர்களின் உணர்வுகளைப் புரிந்துகொள்ளும் பயிற்சியளிக்கப் பெரிதும் உதவின.

பொருள்களைத் தொடாமலேயே அதன் வடிவத்தையும் தன்மையையும் அதிர்வுகள் மூலமாகவும் காற்றின் அழுத்தத்தின் வழியாகவும் உணரும் *Haptic* தொழில்நுட்பத்தில் இவர்தான் முன்னோடி. ஒரு திரையில் உள்ள படத்தையோ அல்லது வரைபடத்தையோ பார்வையற்றவர்கள் தொடும்போது, அந்தப் பொருளின் வடிவம், அதன் விளிம்புகள் ஆகியவற்றை அதிர்வுகள் மூலமாகவும் காற்றின் அழுத்தம் மூலமாகவும் உணரச் செய்வது இவருடைய ஆய்வின் முக்கியமான அம்சம்.

பக்கவாதத்தால் பாதிப்படைந்தவர்களுக்கு கை கால்களை இயக்கப் பயிற்சியளிக்கும் ரோபோட்டிக் கருவிகளை உருவாக்கினார். இதனால் வீட்டிலேயே நோயாளிகள் பயிற்சிபெற்றுக் குணமடைவது சாத்தியமானது.

தொழில்நுட்பம் வசதிக்கானது மட்டுமல்ல. மக்களின் இயலாமையைப் போக்குவதாகவும் இருக்க வேண்டும் என்ற கொள்கையுடையவர். அதனால்தான் மக்களுக்கு அதிகாரமளிக்கும் தொழில்நுட்பத்தை அவர் தொடர்ந்து வலியுறுத்தி வருகிறார். அறிவியல் என்பது ஆய்வகங்களுடன் நின்றுவிடக் கூடாது. மக்களுடைய கண்ணீரைத் துடைக்காத எதுவும் உண்மையான அறிவியல் இல்லை என்பது அவருடைய கோட்பாடு. *Innovation* என்பதை *Inclusion* என்பதோடு இணைத்துப் பார்க்க வேண்டும் என அவர் எப்போதும் சொல்வதுண்டு. அதனால்தான் அவர் சிறந்த ஆய்வாளராகவும் மிகச் சிறந்த மனிதராகவும் அறியப்படுகிறார்.

அவருடைய மனைவி சாரதா மருத்துவராகப் பணியாற்றி வருகிறார். அரிசோனா பல்கலைக்கழக மருத்துவக் கல்லூரியில் பேராசிரியராகவும் பணியாற்றுகிறார். அவருடைய பங்களிப்பும் சேதுராமனுடைய ஆராய்ச்சிப் பணிகளுக்கு பெரும் உதவியாக இருந்தது. இந்திய - அமெரிக்கச் சமூக அமைப்புகளிலும் ஆரோக்கியம் மற்றும் கல்வி சார்ந்த விழிப்புணர்வு முகாம்களிலும் தீவிரமாகப் பங்காற்றி வருகிறார் சாரதா.

2014ஆம் ஆண்டு அப்போதைய அமெரிக்க அதிபர் பராக் ஒபாமாவால் தேசிய அறிவியல் வாரியத்தின் உறுப்பினராக நியமிக்கப்பட்டார். 2020ஆம் ஆண்டு வரை ஆறாண்டுகள் அங்கு பணியாற்றினார்.

அமெரிக்க அதிபர் டொனால்ட் ட்ரம்ப், தேசிய அறிவியல் அறக்கட்டளையின் இயக்குநராக 2019ஆம் ஆண்டு இவரைப் பரிந்துரை செய்தார். அமெரிக்க செனட் சபை இவருடைய நியமனத்தை உறுதி செய்ததை அடுத்து 2020ஆம் ஆண்டு இந்த அமைப்பின் பதினைந்தாவது இயக்குநராகப் பொறுப்பேற்றார்.

பொதுவாக இப்படியான உயர் பதவிகளுக்கு ஒருவரைத் தேர்வு செய்யும்போது இரண்டு கட்சிகளுக்குமிடையே கடுமையான விவாதங்கள் நடக்கும். ஆனால் சேதுராமன் எந்தவித எதிர்ப்பும் இன்றி ஒருமனதாக இந்தப் பதவிக்குத் தேர்ந்தெடுக்கப்பட்டார். தமிழர் ஒருவருக்கு அமெரிக்க அரசியல் வரலாற்றில் கிடைத்த மிகப் பெரிய கௌரவமாக இது பார்க்கப்பட்டது.

ஆண்டுக்கு பத்து பில்லியன் டாலர் நிதி ஒதுக்கப்படும் இந்த அமைப்பின் இயக்குநராகப் பணியாற்றிய இரண்டாவது இந்தியர் என்ற பெருமையைப் பெற்றார். நோபல் பரிசு பெற்ற பெரும்பாலான ஆராய்ச்சியாளர்களுக்கு இந்த அமைப்புதான் நிதியுதவி செய்கிறது.

எதிர்காலத்துக்கான தொழில்நுட்ப யோசனைகளுக்கு நிதியுதவி செய்கிறது. பெரிய நகரங்களில் வசிப்பவர்களுக்கு மட்டுமல்லாது உலகின் எந்த மூலையில் திறமையானவர்கள் இருந்தாலும் அவர்களுக்கு வாய்ப்பளிப்பது. சர்வதேச நாடுகளோடு இணைந்து அறிவியலை அடுத்த கட்டத்துக்கு எடுத்துச் செல்வது ஆகிய கொள்கைகளோடு ஐந்தாண்டுகள் மிகச் சிறப்பாகப் பணியாற்றினார். திறமைகள் எல்லா இடங்களிலும் பரவியிருக்கும்போது வாய்ப்புகள் மட்டும் குறிப்பிட்ட இடங்களில் குவிந்திருப்பது சரியல்ல என்று நினைத்தார். அதன்படியே செயலாற்றினார்.

டொனால்ட் ட்ரம்ப் இரண்டாவது முறையாக அதிபர் பதவியேற்றவுடன் சேதுராமன் இந்தப் பதவியிலிருந்து விலகினார். மீண்டும் கல்வித்துறைக்கே செல்ல விரும்புவதாகவும் குடும்பத்துடன் அதிக நேரம் செலவிட விரும்புவதாகவும் காரணங்கள்

சொல்லப்பட்டன. அமெரிக்க அரசாங்கத்தின் செலவுகளைக் குறைக்கும் நடவடிக்கையால் இந்த அமைப்பு பாதிப்பதை விரும்பாமல் பதவி விலகினார் எனச் சொல்லப்பட்டது. அவருடைய பதவி விலகல் சர்வதேச அறிவியல் அரங்கில் விவாதங்களைக் கிளப்பியது.

தற்போது அரிசோனா மாநிலப் பல்கலைக்கழகத்தில் தொழில்நுட்பம் மற்றும் கண்டுபிடிப்புத் துறைப் பேராசிரியராக மீண்டும் இணைந்திருக்கிறார். எந்த நேரத்திலும் மாணவர்கள் அவரைச் சந்திக்கும் வகையில் அவருடைய அலுவலகக் கதவுகள் எப்போதும் திறந்தே இருக்கின்றன. ஒரு சாதாரண மாணவனின் யோசனை கூட உலகை மாற்றும் வல்லமை கொண்டது என்பதில் உறுதியான நம்பிக்கை கொண்டவர் டாக்டர் பஞ்ச். கல்வி வட்டாரத்திலும் நெருங்கிய நண்பர்களாலும் அவர் அப்படித்தான் அழைக்கப்படுகிறார்.

செயற்கை நுண்ணறிவு, செமிகண்டக்டர்கள், குவாண்டம் கம்ப்யூட்டிங் உள்ளிட்ட வளர்ந்து வரும் தொழில்நுட்பங்களில் சர்வதேச அமைப்புகளுக்கு ஆலோசனைகள் வழங்கி வருகிறார்.

அமெரிக்காவில் செயல்படும் பல கலாசார அமைப்புகளுக்குப் புரவலராகவும் ஆலோசகராகவும் செயல்பட்டு வருகிறார். கர்நாடக சங்கீதத்தில் ஆழ்ந்த நாட்டமுள்ளவர். ஆய்வுகளின்போது சிக்கலான பிரச்னைக்குத் தீர்வு கிடைக்காத போதெல்லாம் கர்நாடக இசையைக் கேட்பதன் மூலமாக மனம் தெளிந்து புதிய யோசனைகள் பிறக்கும் என்கிறார். அந்த ஆர்வத்தால்தான் வாய்ப்பு கிடைக்கும்போதெல்லாம் சென்னையில் நடைபெறும் மார்கழி இசைக் கச்சேரிகளைக் கேட்க நேரில் வந்துவிடுகிறார்.

NAI (National Academy of Inventors), IEEE (Institute of Electrical and Electronics Engineers) ஆகிய அமைப்புகளின் உறுப்பினராகவும் தேர்ந்தெடுக்கப்பட்டுள்ளார். அமெரிக்க அறிவியல் முன்னேற்றக் கழகத்தின் கௌரவ உறுப்பினராக இருக்கிறார். ஒளியியல் மற்றும் ஒளி மின்னணுவியல் துறையில் இவர் செய்த சாதனைக்காக *SPIE Fellow* விருது வழங்கப்பட்டது.

அவருடைய தன்னிகரற்ற பங்களிப்பிற்காகச் சென்னை ஐஐடி மற்றும் பெங்களூரு இந்திய அறிவியல் கழகத்தின் சிறந்த முன்னாள் மாணவருக்கான விருதைப் பெற்றார்.

ஜெராக்ஸ் நிறுவனம் வழங்கிய சிறந்த ஆசிரியர் மற்றும் ஆராய்ச்சியாளருக்கான விருதும் மைக்ரோசாஃப்ட் வழங்கிய *Imagine Cup for Mentor* விருதும் இவருடைய சாதனைகளுக்கு மகுடம் சூட்டின.

கனடாவின் ஒட்டாவா பல்கலைக்கழக நிர்வாகம் இவருடைய கல்விப் பணிக்காக வேந்தர் பதக்கத்தை வழங்கி பெருமை செய்தது. அறிவியல் மற்றும் பொறியியல் துறையில் இவர் ஆற்றிய பங்களிப்புக்காக 2025ஆம் ஆண்டு இந்திய அரசின் உயரிய விருதுகளில் ஒன்றான பத்மஸ்ரீ விருதினைப் பெற்றார்.

'பிரச்னைகளையும் தோல்விகளையும் எதிர்கொள்ளப் பழகுங்கள். அவற்றைக் கண்டு பயப்படுவதால் ஒரு புண்ணியமும் இல்லை. தீவிரமாகச் செயல்பட்டால் வெற்றியைத் தவிர வேறொன்றை நீங்கள் சந்திக்க மாட்டீர்கள்' சாதிக்க விரும்பும் இளைஞர்களுக்குத் தன் அனுபவத்தின் மூலமாக சேதுராமன் பஞ்சநாதன் சொல்ல விரும்புவது இதைத்தான்.

நவநீதம் பிள்ளை

2014 ஆம் ஆண்டு ஐக்கிய நாடுகள் சபையின் மனித உரிமைக் கழகத்தில் வரலாற்றுச் சிறப்பு மிக்க அறிக்கை ஒன்று சமர்ப்பிக்கப்பட்டது. 'இலங்கையில் போர்க்குற்றங்கள் நடந்திருக்கின்றன. அதுகுறித்து உள்நாட்டில் நடக்கும் விசாரணைகளில் எந்த முன்னேற்றமும் இல்லை. பாதிக்கப்பட்ட மக்கள் நீதியை எதிர்பார்த்துக் காத்திருக்கிறார்கள். ஆனால் எந்தப் பயனும் இல்லை. எனவே சர்வதேச அளவில் சுதந்திரமான விசாரணை நடத்தப்பட வேண்டும்'.

ஐக்கிய நாடுகள் சபையில் சமர்ப்பிக்கப்பட்ட இந்த அறிக்கையின் விளைவாக, சர்வதேச விசாரணை அமைப்பொன்று உருவாக்கப்பட்டது. இந்த அறிக்கையைச் சமர்ப்பித்தவர் தமிழ் வம்சாவளியைச் சேர்ந்த தென்னாப்பிரிக்கப் பெண் நவி பிள்ளை. இலங்கையில் நடந்தது போர்க்குற்றம்தான் என்பது உலக நாடுகளுக்கு ஏற்கனவே தெரியுமென்றாலும் சம்பிரதாயமான இந்த அறிக்கைகளும் சுதந்தரமான விசாரணை அமைப்புகளும் அவசியமாக இருந்தன.

போர் முடிவுக்கு வந்த பின்னரும் வடக்கு மற்றும் கிழக்கு மாகாணங்களில் நிலங்கள் கையகப்படுத்தப்படுவதும் ராணுவக் குடியிருப்புகள் அதிகமாவதும் தமிழர்களின் கலாசார அடையாளங்களை அழிக்கும் முயற்சி என அந்த

அறிக்கையில் குறிப்பிட்டிருந்தார் நவி பிள்ளை. வெள்ளைக் கொடியேந்தி சரணடைய வந்தவர்களைக் கொலை செய்ததும் பல்லாயிரக்கணக்கானோர் காணாமல் போனதும் குறித்து இலங்கை அரசு பதிலளிக்க வேண்டுமென அறிவுறுத்தியது அந்த அறிக்கை.

இந்தப் போர் குறித்த குற்றங்களை விசாரிக்க இலங்கைக்குப் பயணம் மேற்கொண்டார். பாதிக்கப்பட்ட மக்களைச் சந்திக்க முடியாதபடி ராணுவம் அவரைத் தடுத்தது. சாட்சிகளை அச்சுறுத்தியது. இவையனைத்தையும் உலக நாடுகளிடம் உடனுக்குடன் பதிவு செய்தார்.

இந்த அறிக்கைக்குப் பிறகுதான் அமெரிக்கா, இங்கிலாந்து போன்ற நாடுகள் இலங்கைக்கு எதிராக ஐக்கிய நாடுகள் சபையில் தீர்மானம் கொண்டு வந்தன. ஐரோப்பிய ஒன்றியம் அதுவரை இலங்கைக்கு அளித்து வந்த வரிச் சலுகையை ரத்து செய்தது. முள்ளிவாய்க்கால் சம்பவம் சர்வதேச ஆவணமாக மாறியது.

1941ஆம் ஆண்டு தென்னாப்பிரிக்காவின் டர்பன் நகரில் தமிழ்க் குடும்பத்தில் பிறந்தவர் நவி பிள்ளை. பிரிட்டிஷ் ஆட்சிக் காலத்தில் அவர்களுடைய காலனி நாடுகளில் தோட்ட வேலைகளைச் செய்வதற்காக எண்ணற்ற தமிழர்களை ஒப்பந்த அடிப்படையில் பல நாடுகளுக்கும் அழைத்துச் சென்றனர். அப்படி நவி பிள்ளையின் முன்னோர்களும் கரும்புத் தோட்டங்களுக்குக் கூலித்தொழிலாளர்களாக வேலை செய்யத் தென்னாப்பிரிக்காவுக்கு இடம்பெயர்ந்தனர்.

பத்தொன்பதாம் நூற்றாண்டின் பிற்பகுதியில் பிரிட்டிஷ் ஆட்சிக்காலத்தில் இந்தியாவில் நிலவிய பஞ்சமும் பொருளாதார நெருக்கடிகளும் கூட இடப்பெயர்விற்கு மிக முக்கியமான காரணங்களாக இருந்தன. இங்கிருந்து சென்றால் ஒரு சிறந்த எதிர்காலத்தை அமைத்துக்கொள்ளலாம் என்ற ஒற்றை நம்பிக்கையில் கடல் கடந்தனர்.

நிறவெறி உச்சத்திலிருந்த தென்னாப்பிரிக்காவில் வாழ்வதே பெரும் போராட்டமாக இருந்தது. நவி பிள்ளையின் தந்தை பேருந்து ஓட்டுநராகப் பணியாற்றினார். டர்பன் நகருக்கு அருகில் உம்லாசி என்ற மிகவும் பின்தங்கிய பகுதியில் அவர்கள் வசித்தனர்.

பள்ளியில் சிறப்பாகப் படித்துக்கொண்டிருந்த நவி பிள்ளையைக் கல்லூரிக்கு அனுப்பிப் படிக்க வைக்கும் பொருளாதாரச் சூழல் இல்லை. பெண்களை அதற்கு மேல் படிக்க அனுப்புவது அப்போது நடைமுறையிலும் இல்லை. அவரோடு படித்த பல பெண்களும் படிப்பை நிறுத்திவிட்டு திருமணம் செய்து கொண்டனர். ஆனால் நவி பிள்ளையின் திறமை வீண் போகக் கூடாது என்று நினைத்த அந்தப் பகுதி மக்கள் பணம் திரட்டி அவருடைய கல்விக்கு உதவினர்.

நட்டால் பல்கலைக்கழகத்தில் சட்டப்படிப்பில் இளங்கலைப் பட்டமும் படித்தார். அங்கு நூலகங்கள் உள்ளிட்ட அனைத்து வசதிகளையும் வெள்ளை இன மாணவர்கள் மட்டுமே பயன்படுத்த வேண்டுமென்ற எழுதப்படாத சட்டம் அமலிலிருந்தது. இந்திய வம்சாவளியைச் சேர்ந்த நவி பிள்ளைக்கும் அந்த வசதிகள் மறுக்கப்பட்டன.

கல்லூரியில் மட்டுமல்ல படித்து முடித்து வேலை தேடும்போதும் இந்த இனப் பிரச்னை தொடர்ந்தது. எந்தவொரு சட்ட நிறுவனமும் அவரை வேலைக்குச் சேர்த்துக்கொள்ளவில்லை. கறுப்பினத்தவரான அவருக்குக் கீழ் வெள்ளை இனத்தைச் சேர்ந்த ஒருவர் பணிசெய்யும் சூழலை உருவாக்க விரும்பவில்லை. ஏழ்மையான குடும்பப் பின்னணி கொண்டவரால் எந்தப் பலனையும் நிறுவனத்துக்குக் கொண்டுவர இயலாது. தற்போதுதான் திருமணமான அவர் எப்போது கருவுறுவார் எனச் சொல்ல முடியாது. வேலை தராமல் தவிர்க்க இப்படி அடுக்கடுக்கான காரணங்கள் சொல்லப்பட்டன.

கிண்டலுக்கும் கேலிக்கும் மத்தியில் அவர் தம் வழக்கறிஞர் பணியைத் தொடர்ந்தார். நட்டால் மாகாணத்தில் சொந்தமாகச் சட்ட நிறுவனம் தொடங்கிய முதல் பெண் என்ற பெருமையைப் பெற்றார். 1980ஆம் ஆண்டு ஹார்வர்ட் சட்டப் பள்ளியில் படிப்பதற்கான வாய்ப்பு அவரைத் தேடி வந்தது. நிறவெறிக்கு எதிராகத் தொடர்ந்து குரல் கொடுத்ததால் தென்னாப்பிரிக்க அரசு பல ஆண்டுகள் அவருக்குக் கடவுச்சீட்டை வழங்க மறுத்தது. தடைகளைத் தாண்டித்தான் முதுகலைப் பட்டத்தையும் முனைவர் பட்டத்தையும் பெற்றார்.

தென்னாப்பிரிக்காவிலிருந்து ஒருவர் ஹார்வர்ட் சட்டப்பள்ளியில் இணைந்து முனைவர் பட்டம் பெறுவது அதுதான் முதல்முறை. ஒரு

பெண்ணாக, இந்திய வம்சாவளியைச் சேர்ந்த தென்னாப்பிரிக்கராக, ஏழ்மையான குடும்பப் பின்னணியைக் கொண்டவராகப் பலமுறை அவமானங்களைச் சந்தித்தாலும் அதனைப் பொருட்படுத்தாது சாதித்துக் காட்டினார் நவி பிள்ளை. பின்னாட்களில் அவர் மனித உரிமைகளுக்கு ஆதரவாகச் செயல்பட இத்தகைய நிறவெறிச் சம்பவங்களும் காரணமாக இருந்தன.

நவி பிள்ளையின் கணவரான கபி பிள்ளை வழக்கறிஞராகவும் போராளியாகவும் செயல்பட்டு வந்தார். நிறவெறிக்கு எதிரான போராட்டங்களின்போது அவர் பலமுறை கைது செய்யப்பட்டுச் சிறையிலடைக்கப்பட்டார். கணவருக்காகவும் பிற கைதிகளுக்காகவும் நீதிமன்றத்தில் வாதாடினார் நவி பிள்ளை. அரசியல் கைதிகள் அவர்களுடைய வழக்கறிஞர்களைச் சந்திக்கும் உரிமையைப் பெற்றுத் தந்ததில் நவி பிள்ளைக்கு மிக முக்கியமான பங்குண்டு.

குடும்ப வன்முறைக்கு எதிராக 'அட்வைஸ் டெஸ்க் ஃபார் தி அப்யூஸ்டு' *(Advice Desk for the Abused)* என்ற அரசு சாரா அமைப்பை நவி பிள்ளை தொடங்கினார். *Equality Now* என்ற சர்வதேசப் பெண்கள் உரிமை அமைப்பின் இணை நிறுவனராக இருந்தார்.

பல பத்தாண்டுகளாகத் தென்னாப்பிரிக்காவில் நிலவி வந்த இனவெறி ஆட்சி முடிவுக்கு வந்து நெல்சன் மண்டேலா அதிபராகப் பொறுப்பேற்றார். 1995ஆம் ஆண்டு நவி பிள்ளையைத் தென்னாப்பிரிக்காவின் உயர் நீதிமன்ற நீதிபதியாக நியமித்தார் மண்டேலா. அதுவரை நிறவெறியின் காரணமாக நீதிபதியின் அறைக்குள் நுழைவதற்குக் கூட அவருக்குத் தடையிருந்தது.

நவி பிள்ளையின் நியமனம் தென்னாப்பிரிக்காவின் நீதித்துறை வரலாற்றில் ஒரு நேர்மையான மாற்றத்தைக் கொண்டுவரும் எனப் பேசினார் மண்டேலா. நெல்சன் மண்டேலா உட்பட ராபன் தீவில் அடைக்கப்பட்டிருந்த அரசியல் கைதிகளுக்கு வழக்கறிஞர்களைச் சந்திக்கும் உரிமையைப் பெற்றுத் தந்ததில் இவர் முக்கியப் பங்காற்றினார்.

தென்னாப்பிரிக்க வரலாற்றில் ஒரு கறுப்பினப் பெண் உயர் நீதிமன்ற நீதிபதியாக நியமிக்கப்படுவது அதுதான் முதல்முறை.

வெள்ளை இனத்தவரல்லாத அனைவரும் கறுப்பினத்தவரே என்ற சூழல் இருந்த காலம் அது.

வழக்கறிஞராக இருந்தபோது எந்த மரியாதையும் வழங்காத வெள்ளை இனத்தவர்கள் நீதிபதி நவநீதம் பிள்ளையை மரியாதையோடு நடத்தும் சூழல் உருவானது. படிப்பும் பதவியும்தான் நவி பிள்ளைக்கு இந்த மரியாதையைக் கொண்டுவந்து சேர்த்தன. இது தனக்குக் கிடைத்த தனிப்பட்ட மரியாதையாகவோ கௌரவமாகவோ அவர் பார்க்கவில்லை. ஒட்டுமொத்த ஒடுக்கப்பட்ட மக்களுக்கும் கிடைத்த வெற்றியாகப் பார்த்தார்.

தென்னாப்பிரிக்காவின் அரசியலமைப்பில் இனம், மதம், பாலின அடிப்படையில் பாகுபாடு காட்டுவதைத் தடுக்க சமத்துவப் பிரிவைச் சேர்ப்பதில் இவருடைய பங்கு முக்கியமானதாக இருந்தது.

2003ஆம் ஆண்டு முதல் சர்வதேச குற்றவியல் நீதிமன்றத்தின் நீதிபதியாகப் பணியாற்றினார். ருவாண்டாவுக்கான சர்வதேச குற்றவியல் தீர்ப்பாயத்தின் தலைவராக இருந்தபோது 'பாலியல் வன்கொடுமை இனப்படுகொலையின் ஒரு வடிவம்' என்ற வரலாற்றுச் சிறப்புமிக்க தீர்ப்பை வழங்கினார்.

2008ஆம் ஆண்டு ஐக்கிய நாடுகள் சபையின் மனித உரிமைகள் துறையின் உயர் ஆணையராகப் பணிக்குச் சேர்ந்தார். ஐக்கிய நாடுகள் சபையின் வரலாற்றில் இடப்பிடித்தார். இந்தப் பதவியில் இணைந்த முதல் தென்னாப்பிரிக்கராகவும் முதல் ஆசிய வம்சாவளிப் பெண்ணாகவும் நவி பிள்ளை இருந்தார். அப்போது ஐக்கிய நாடுகள் சபையின் தலைவராக இருந்த பான் கி மூன் நவியை இந்தப் பதவிக்குப் பரிந்துரை செய்திருந்தார். நான்கு வருடங்கள் பதவிக்காலமாக இருந்தாலும் அவருடைய திறமையான பணியின் காரணமாக மேலும் இரண்டாண்டுகள் பதவிக்காலம் நீட்டிக்கப்பட்டது.

மனித உரிமைகள் ஆணையராக அவருடைய பணிக்கு நியாயம் செய்யும் பல முன்னெடுப்புகளைச் செய்தார். லிபியா, சிரியா போன்ற நாடுகளில் ஏற்பட்ட மக்கள் எழுச்சியின்போது மனித உரிமைகளைப் பாதுகாக்கக் குரல் கொடுத்தார். பாலியல்

சிறுபான்மையினருக்கான உரிமைகளைப் பாதுகாக்கக் குரல் எழுப்பிய ஒரே உயர் ஆணையராக நவநீதம் பிள்ளைதான் இருந்தார்.

உலகம் முழுவதும் நிலவிய சாதி, மதம் மற்றும் இன ரீதியிலான பாகுபாடுகளுக்கு எதிராகப் பல மாநாடுகளை ஒருங்கிணைத்தார். 2014ஆம் ஆண்டு ஆகஸ்ட் மாதம் தன்னுடைய பதவியிலிருந்து ஓய்வு பெற்றார் நவி பிள்ளை.

ஹார்வர்ட், டர்ஹாம், ரோட்ஸ், லீவன் கத்தோலிக் ஆகிய பல்கலைக்கழகங்கள் இவருடைய சேவைக்காக கௌரவ முனைவர் பட்டங்களை வழங்கியுள்ளன. 2003ஆம் ஆண்டு பீட்டர் குரூபர் அறக்கட்டளை பெண்கள் உரிமைக்கான விருதினை நவி பிள்ளைக்கு வழங்கியது. 2025ஆம் ஆண்டு அமைதிக்கான சிட்னி அறக்கட்டளை விருதை நவி பிள்ளை பெற்றிருக்கிறார்.

கவனித்துப் பார்த்தால் நவி பிள்ளை அவருடைய வாழ்க்கை முழுவதும் பல விஷயங்களை அவர்தான் முதல்முறையாகச் செய்தவராக இருந்திருக்கிறார்.

மாற்றம் எப்போதும் அடிமட்டத்திலிருந்தே தொடங்கும். மனித உரிமை மீறல்களால் பாதிக்கப்பட்டவர்களின் குரல்களுக்குச் செவிசாய்ப்பதன் மூலமாகவும் சமூகத்தின் கூட்டு நடவடிக்கைகளாலும் மட்டுமே இங்கே மாற்றம் நிகழும் என்ற கருத்தில் நம்பிக்கை கொண்டு இன்றைக்கும் தனது எண்பத்து நான்காவது வயதிலும் மனித உரிமைக்காகத் தொடர்ந்து பணியாற்றிவருகிறார் நவநீதம் பிள்ளை.

ராமசாமி பழனிச்சாமி

தமிழ்நாட்டிலிருந்து தோட்ட வேலைக்காக 1920களில் மலேசியாவுக்குக் குடிபெயர்ந்தனர் பினாங்கு ராமசாமி என்று அறியப்படும் ராமசாமி பழனிச்சாமியின் பெற்றோர். ஆயிரக்கணக்கான இந்தியர்கள் குறிப்பாகத் தமிழர்கள் அப்போது மலேசியாவுக்கு இடம்பெயர்ந்தனர். மலேசியாவின் பினாங்கு மாகாணத்திற்குத்தான் அவர்கள் முதலில் சென்றனர். அதன்பிறகு கோலாலம்பூர், சித்தியவான் போன்ற நகரங்களுக்கும் பணி நிமித்தமாக இடம் பெயர்ந்தனர்.

மலேசியாவின் இரண்டாவது பெரிய மாநிலமான பேராக்கில் சித்தியவான் என்ற நகரத்தில் 1949ஆம் ஆண்டு ராமசாமி பழனிச்சாமி பிறந்தார். சித்தியவான் இதற்கு முன் பினாங்கு மாநிலத்தின் ஒரு பகுதியாக இருந்தது.

சீனப் பள்ளியிலும் தமிழ்ப் பள்ளியிலும் பயின்றார். அதற்குப் பிறகு சித்தியவானில் உள்ள ஏசிஎஸ் பள்ளியில் ஆரம்பப் பள்ளிக் கல்வியைத் தொடர்ந்தார். ராமசாமியுடைய சகோதரிக்குத் திருமணமானவுடன் அவரோடு இணைந்து பல இடங்களுக்கும் இடம்பெயர நேர்ந்தது. ஜோஹர் பாஹ்ருவில் உள்ள ஆங்கிலக் கல்லூரி எனப் புகழ்பெற்ற மக்தாப் சுல்தான் அபு பக்கர் கல்லூரியில் மேல்நிலைக் கல்வி பயின்றார்.

பத்திரிகைத் துறையில் ஆர்வம் கொண்டிருந்த ராமசாமி அது தொடர்பான உயர்கல்வியைப் படிக்க வேண்டுமென விரும்பினார். 1972ஆம் ஆண்டு நியூசிலாந்தின் வெலிங்டன் பாலிடெக்னிக் கல்லூரியில் இதழியல் துறையில் பட்டயக் கல்வியை முடித்தார். படித்து முடித்தாரே தவிர அதற்குப் பிறகு என்ன செய்ய வேண்டுமென்ற எந்தத் திட்டமும் அவரிடமில்லை.

அவருடைய ஆசிரியர்களில் ஒருவர் பத்திரிகைத் தொடர்பான மேலதிகக் கல்வியைக் கற்க அறிவுறுத்தினார். அப்படித்தான் அமெரிக்காவின் புளூமிங்டன்னில் உள்ள இந்தியானா பல்கலைக்கழகத்தில் அரசியல் அறிவியல் மற்றும் பத்திரிகைத்துறை பாடப்பிரிவுகளில் சேர்ந்தார். 1977ஆம் ஆண்டு அமெரிக்கா இந்தியானா பல்கலைக்கழகத்தில் இளங்கலைப் பட்டத்தைப் பெற்ற அவர் கனடாவின் மான்ட்ரியல் பல்கலைக்கழகத்தில் அரசியல் அறிவியல்துறையில் முதுகலைப் பட்டத்தைப் பெற்றார். முனைவர் படிப்புக்காகவும் விண்ணப்பித்துவிட்டு மலேசியா திரும்பினார்.

பல நாடுகளைப் பற்றித் தெரிந்துகொள்ளவும் களத்தில் இறங்கி வேலை செய்யவும் ராமசாமி நினைத்துக்கொண்டிருந்தபோது அவருடைய பெற்றோர் அவருக்குத் திருமணம் செய்து வைக்கத் தயாராகக் காத்திருந்தனர். 1981ஆம் ஆண்டு திருமணம் செய்துகொண்டார்.

தோட்டத் தொழிலாளர்கள் தொடர்பான ஆய்வுகளிலிருந்த ராமசாமி மலாயாப் பல்கலைக்கழகத்தில் முனைவர் படிப்பிற்காகச் சேர்ந்தார். ஐந்து வருடங்கள் தொடர்ந்து தொழிலாளர் சார்ந்த பிரச்னைகளையும் அவர்களுடைய வாழ்க்கை முறைகளையும் அவர்களோடே இருந்து தெரிந்துகொண்டவர் முனைவர் பட்டமும் பெற்றார். மலாயாப் பல்கலைக்கழகத்தில் பத்தாண்டுகள் பேராசிரியராகப் பணியாற்றினார். மலாயா பல்கலைக்கழகம் அவருடைய பணிக்காலத்தை நீட்டிக்காததால் வேலை இழந்தார் ராமசாமி. அவருடைய நண்பருடைய முயற்சியால் சிங்கப்பூரில் உள்ள *Institute of South-East Asian Studies* கல்லூரியில் பணிக்குச் சேர்ந்தார்.

படித்தவர் அரசியலுக்கு வரவேண்டுமென்று காலங்காலமாகப் பேசிக்கொண்டிருப்பதை நாம் கேட்டிருக்கிறோம். அப்படி

அரசியல் அறிவியல் பேராசிரியராக இருந்து அரசியலுக்கு வந்தவர் ராமசாமி பழனிச்சாமி. மலேசிய மக்களின் உரிமைக்காகவும் ஒடுக்கப்பட்ட தொழிலாளர்களின் உரிமைக்காகவும் குரல் கொடுத்துக்கொண்டிருந்த ஜனநாயகச் செயல் கட்சி அவரை இயல்பாகவே ஈர்த்தது. சிங்கப்பூரில் செய்துகொண்டிருந்த வேலையை விட்டுவிட்டு அந்தக் கட்சியில் இணைந்து செயல்படத் தொடங்கினார்.

பேராசிரியராக அறையில் அமர்ந்துகொண்டு ஆராய்ச்சிகள் செய்வதும் புத்தகங்கள் எழுதுவதும் அவருடைய வேலையாக எப்போதும் இருந்ததில்லை. களப்பணிதான் அவருக்கு ஆதாரம். எனவே பேராசிரியரான அவர் அரசியல்வாதியாக மாறியது வெகு இயல்பாக நடந்தது.

2008ஆம் ஆண்டு நடந்த தேர்தலில் பினாங்கு மாநிலத்தில் உள்ள பது காவன் நாடாளுமன்றத் தொகுதியில் போட்டியிடுவதற்கான வாய்ப்பைப் பெற்றார். அதே நேரத்தில் பெரேய் தொகுதியிலும் போட்டியிடுமாறு அறிவுறுத்தியது கட்சித் தலைமை. நிச்சயமாக இது இரண்டாவது லட்டு இல்லை. ஏனெனில் எதிர்க் கட்சியைச் சேர்ந்த அப்போதைய முதலமைச்சர் கோ ட்சூ கூன் பெரேய் தொகுதியில் போட்டியிட முடிவு செய்திருந்தார். எதிர்க்கட்சியின் கோட்டையாக பெரேய் தொகுதி இருந்தது.

புதிய வேட்பாளர். மக்களிடம் அதிகமாகப் பரிச்சயமில்லாதவர். மக்களுக்கு அவரைப் பற்றித் தெரிந்ததெல்லாம் அவர் ஒரு பேராசிரியர் என்பது மட்டுமே. எப்படி செல்வாக்கு மிக்க முதலமைச்சரை எதிர்த்து வெற்றிபெற முடியும் என்ற சிந்தனை எல்லாம் அவருக்கு இல்லாமல் இல்லை.

சரி, போட்டியிடுவது என்று முடிவாகிவிட்டது. இனி பின்வாங்குவதில் பயனில்லை என நினைத்தார். இரண்டு தொகுதிகளிலும் தோற்கப்போவது உறுதி என்று தன்னைத்தானே சமாதானம் செய்துகொண்டார். அதே சிந்தனையில்தான் அந்தத் தேர்தலையும் எதிர்கொண்டார் ராமசாமி. நினைத்ததற்கு மாறாக இரண்டு தொகுதிகளிலும் அதிகமான வாக்குகள் வித்தியாசத்தில் வெற்றி பெற்றார் ராமசாமி.

பினாங்கு மாநிலம் முழுவதும் ஜனநாயகச் செயல் கட்சி ஆளும் கட்சியை எதிர்த்துப் பெரிய வெற்றியைப் பெற்று ஆட்சியமைக்கும்

முனைப்பில் ஈடுபட்டிருந்தது. முதல் முறையாகத் துணை முதலமைச்சர் பதவி 2008ஆம் ஆண்டு உருவாக்கப்பட்டது. ராமசாமி பழனிச்சாமி அந்தப் பதவியில் அமர்த்தப்பட்டார். மலேசியாவின் எந்தவொரு மாநிலத்திலும் துணை முதலமைச்சர் பதவியை அலங்கரித்த முதல் இந்திய வம்சாவளித் தமிழர் என்ற பெயரைப் பெற்றார். கல்வி, அறிவியல் மற்றும் தொழில்நுட்பம், மனித வளம் ஆகிய துறைகளை ராமசாமி கவனித்து வந்தார். தொடர்ந்து மூன்றுமுறை நடந்த தேர்தல்களில் வெற்றிபெற்று துணை முதலமைச்சராக 2023ஆம் ஆண்டு வரை பதவியிலிருந்தார்.

2008ஆம் ஆண்டு முன்னெப்போதும் இல்லாத அளவில் அதிக எண்ணிக்கையிலான தமிழர்கள் நாடாளுமன்றத்துக்குத் தேர்வு செய்யப்பட்டனர். அதற்குக் காரணம் 2007ஆம் ஆண்டு நடந்த ஹிண்ட்ராஃப் பேரணி. மலேசிய மலாய் முஸ்லிம்களுக்கும் மலேசியத் தமிழர்களுக்கும் இடையில் ஓர் அசாதாரணமான சூழல் இருந்தது அப்போது.

மலேசியா முழுவதும் பல இந்துக் கோயில்கள் இடிக்கப்பட்டன. அதை முன்னிறுத்தி மலேசியத் தமிழ் வழக்கறிஞர்களால் முன்னெடுக்கப்பட்டதுதான் இந்த ஹிண்ட்ராஃப் பேரணி. அது ஏற்படுத்திய தாக்கத்தின் ஊடாகவே மலேசியாவில் அரசியல் மாற்றம் நிகழ்ந்தது. தமிழ் வம்சாவளியைச் சேர்ந்த ராமசாமி துணை முதலமைச்சராக நியமிக்கப்பட்டதற்கும் அதுவே காரணமாக இருந்தது. எந்தக் காரணத்துக்காகவும் இனியொரு இந்துக் கோயில் இங்கே இடிக்கப்படக்கூடாது எனக் கடுமை காட்டினார்.

பல வகைகளில் நிதி திரட்டி தமிழர்களுக்கு உதவும் எண்ணமிருந்தது அவருக்கு. அப்போது பினாங்கில் ஒரு குறிப்பிட்ட தமிழ் சமுதாயத்தினர் அங்குக் கோவில்களில் திருவிழா சமயங்களில் வெள்ளித் தேரோட்டம் நடத்தி வந்தனர். அதில் கலந்துகொண்ட பொதுமக்கள் கொடுத்த காணிக்கைப் பணம் பெருமளவில் இருந்தது.

இதைக் கவனித்த ராமசாமி அந்தப் பணத்திலிருந்து ஒரு குறிப்பிட்ட பகுதியைக் கொடுத்தால் தமிழர்களுக்குப் பல வகைகளில் உதவமுடியுமென நினைத்தார். அவர்களிடம் சென்று பேசினார். யோசித்தனர். கூடிப்பேசி முடிவெடுப்போம் என்றனர். பேசியதன் முடிவில் பத்தாயிரம் ரிங்கிட் அளிக்க முன்வந்தனர்.

கொண்டுவந்த காசோலையை அவர்களிடமே மகிழ்ச்சியோடு திருப்பிக் கொடுத்து வழியனுப்பி வைத்தார். வேறு என்ன செய்யலாம் என்ற யோசனையில் மூழ்கினார்.

2017ஆம் ஆண்டு சில நன்கொடையாளர்களின் உதவியால் தங்கத் தேரோட்டம் நிகழ்வைத் தைப்பூசத் திருநாளில் அறிமுகப்படுத்தினார். அதன் மூலமாக ஏராளமான பணம் கிடைத்தது. கிடைத்த பணத்தை வெளிப்படையாகக் கணக்கிட்டு பொதுமக்களுக்கு அறிவித்தார். அந்தப் பணத்தைக்கொண்டு உதவி தேவைப்படும் தமிழ் மாணவர்களுக்கும் பொது மக்களுக்கும் உதவி செய்தார். இந்தத் திட்டம் மட்டும் தோல்வியில் முடிந்திருந்தால் பதவியை விட்டே விலகிவிடும் வேறொரு திட்டம் அவரிடம் இருந்தது. அந்த அளவுக்குத் தீவிரமாக இறங்கி வேலையைச் செய்தார். அதில் வெற்றியும் பெற்றார்.

மலேசியத் தமிழ் மக்களுக்காக மட்டுமல்ல இலங்கைத் தமிழ் மக்கள் படும் துயரங்களுக்கும் சேர்த்தே தொடர்ந்து குரல் கொடுத்து வந்தவர் ராமசாமி. இலங்கையில் நடந்த போர்க்குற்றங்களுக்காக மன்மோகன் சிங், சோனியா காந்தி, ப.சிதம்பரம், கருணாநிதி ஆகியோர் மீதும் போர்க்குற்ற விசாரணை நடத்தப்பட வேண்டுமென வலியுறுத்தி வந்தார். இலங்கைத் தமிழர்களுக்கு உதவி செய்யாதது மட்டுமல்ல. சிங்கள அரசாங்கத்தோடு சேர்ந்து தமிழ் மக்களைக் கொன்று குவித்ததாகப் பகிரங்கமாகக் குற்றம் சுமத்தினார். விடுதலைப் புலிகளின் தலைவர் பிரபாகரன் மீது அளவுகடந்த மரியாதை வைத்திருப்பவர் என்பதை வெளிப்படையாகப் பல மேடைகளில் அவரே தெரிவித்திருக்கிறார்.

இந்தோனேசியாவின் ஆச்சே மாகாணத்தில் உள்நாட்டுப் போர் நடந்தது. அதை முடிவுக்குக் கொண்டுவர ஆச்சே விடுதலை இயக்கத்திற்கும் இந்தோனேசிய அரசுக்கும் இடையே நடந்த அமைதிப் பேச்சுவார்த்தையில் ஆலோசகராகப் பணியாற்றினார்.

மலேசியாவில் தஞ்சமடைந்திருந்த சர்ச்சைக்குரிய மத போதகர் சக்கீர் நாயக்கிற்கு எதிராகத் துணிச்சலாகக் குரல் கொடுத்த மிகச் சில அரசியல்வாதிகளில் ராமசாமி முக்கியமானவர். இதன் காரணமாக அவர் மீது பல அவதூறு வழக்குகள் தொடரப்பட்டன. ஆனாலும் அவருடைய கருத்தில் சமரசம் செய்து கொள்ளவில்லை.

மூன்றுமுறை தொடர்ந்து தேர்தலில் போட்டியிட்டு வென்ற ராமசாமிக்கு நான்காவது முறை வாய்ப்பளிக்கக் கூடாது எனக் கட்சிக்குள்ளிருந்தே எதிர்ப்புக் குரல்கள் வலுத்தன. தான் செய்து வந்த பணிகள் இன்னும் முடிவு பெறாததால் மீண்டும் வாய்ப்பளிக்க வேண்டுமெனக் கட்சித் தலைமையிடம் வலியுறுத்தினார். ஆனாலும் கட்சித் தலைமை அவருக்கு வாய்ப்பளிக்க முன்வரவில்லை. அவரோடு நெருக்கமாக இருந்தவர்களுக்கும் வாய்ப்புகள் மறுக்கப்பட்டன.

2023ஆம் ஆண்டு ஜனநாயகச் செயல் கட்சியிலிருந்து விலகி *'United for the Rights of Malaysians Party - URIMAI'* என்ற தனிக்கட்சியைத் தொடங்கினார். மலேசிய அரசியல் வரலாற்றில் தற்போதைய பிரமர் அன்வர் இப்ராஹிம் அளவுக்கு மோசமாகச் செயல்பட்ட வேறொருவர் இல்லை எனத் தொடர்ந்து விமர்சித்து வருவதோடு ஜனநாயகச் செயல் கட்சியையும் எதிர்த்துத் தொடர்ந்து அரசியல் செய்து வருகிறார் ராமசாமி பழனிச்சாமி என்னும் பினாங்கு ராமசாமி.

ராம் ஸ்ரீராம்

1998ஆம் ஆண்டு. ஸ்டான்ஃபோர்ட் பல்கலைக்கழக மாணவர்களான லாரி பேஜ்ஜும் செர்ஜி பிரின்னும் தங்களுடைய வணிகத் திட்டத்திற்காக முதலீட்டாளர்களைத் தேடிக்கொண்டிருந்தனர்.

சன் மைக்ரோசிஸ்டத்தின் இணை நிறுவனரும் நண்பருமான ஆண்டி பெக்டோல்ஷைம் மூலமாக ராம் ஸ்ரீராம் அவர்கள் இருவரையும் சந்தித்தார். பின்னாள்களில் கூகுள் நிறுவனர்கள் என அறியப்பட்ட அவர்கள் ஒரு சிறிய கார் நிறுத்துமிடத்தில் வேலையைத் தொடங்கினர் என்பது உலகமறிந்த செய்தி.

அவர்களுடைய தேடுபொறி தொழில்நுட்பம் மிகச் சிறப்பாக இருந்ததை முதல் சந்திப்பிலேயே புரிந்துகொண்டார் ஸ்ரீராம். அவர்களுடைய திட்டத்துக்கு நிதியுதவி செய்யும் முடிவை எடுத்தார். அவர்கள் இருவரும் மிகச் சிறந்த மென்பொருள் பொறியாளர்கள் என்பதில் அவருக்குச் சந்தேகம் இருந்ததில்லை. அவர்கள் இந்த உலகத்தையே ஒரு தரவுதளமாகப் பார்த்தார்கள். இந்தப் பார்வைதான் அவரை முதலீடு செய்யும் முடிவை நோக்கித் தள்ளியது.

நாளைய உலகை ஆளப்போகும் மிகப் பெரிய நிறுவனமாகக் கூகுள் மாறப்போகிறது என்ற ஜோசியமெல்லாம் அவருக்குத் தெரிந்திருக்கவில்லை. ஆனால் அந்தத் தொழில்நுட்பம் உலகையே மாற்ற வல்லது என்ற நம்பிக்கை இருந்தது.

கூகுள் ஒரு நிறுவனமாகக்கூடப் பதிவு செய்யப்படாமலிருந்த கால கட்டம் அது. அந்த இளைஞர்கள் மீது நம்பிக்கை வைத்து இரண்டரை லட்சம் அமெரிக்க டாலர்கள் மதிப்புள்ள காசோலையை வழங்கினார்.

அவர் முதலீடு செய்ததோடு நிற்காமல் பிற முதலீட்டாளர்களையும் கூகுளுக்கு உதவ அழைத்து வந்தார். அப்படி அவர் அழைத்து வந்த முதலீட்டாளர்களில் ஒருவர் இன்று உலகமறிந்த அமேசான் நிறுவனர் ஜெஃப் பெசோஸ். கூகுளின் ஆரம்ப கால இயக்குநர்களில் ஒருவராகவும் கூகுள் நிறுவனர்களுக்கு வழிகாட்டியாகவும் செயல்பட்டுக்கொண்டிருந்தார். இருவருக்கும் ஓர் ஆசிரியராக இருந்து வணிக நுணுக்கங்களைக் கற்றுக்கொடுத்தார். கூகுள் நிறுவனத்தின் முதல் ஐம்பது பணியாளர்களைத் தேர்வு செய்யும் வேலையிலும் ராம் தன்னை ஈடுபடுத்திக்கொண்டார்.

2004ஆம் ஆண்டு கூகுள் நிறுவனம் அமெரிக்கப் பங்குச் சந்தையில் பட்டியலிடப்பட்டது. கூகுள் நிறுவனத்தின் வணிக மதிப்பு பல மடங்கு உயர்ந்தது. ராம் ஸ்ரீராம் முதலீடு செய்திருந்த பங்குகளின் மதிப்பும் பல மில்லியன் டாலர்களாக உயர்ந்தன.

1956ஆம் ஆண்டு சென்னையில் பிறந்த ராம் ஸ்ரீராம் சென்னையில் உள்ள டான்பாஸ்கோ பள்ளியில் படித்தார். அவருடைய மூன்றாவது வயதில் தந்தை ஒரு விபத்தில் உயிரிழந்தார். அதன்பிறகு ராம் அவருடைய தாய் மற்றும் தாத்தா பாட்டியின் அரவணைப்பில் வளர்ந்தார். கணவரின் மறைவிற்குப் பிறகு கல்லூரிக்குச் சென்று படித்த அவருடைய தாயார் சென்னைப் பல்கலைக்கழகத்தில் பேராசிரியராகப் பணியாற்றினார். அவரால் ஸ்ரீராமுக்கு அளிக்க முடிந்ததெல்லாம் சிறப்பான கல்வியைத்தான். அதுதான் அவர் வாழ்க்கையில் மிகப் பெரும் உயரங்களுக்குச் செல்ல முக்கியமான காரணமாக இருந்தது.

கணிதப் பாடத்தில் ஆர்வம் மிக்கவராக இருந்த ராம் ஸ்ரீராம், லயோலா கல்லூரியில் கணிதப் பாடப் பிரிவில் இளங்கலைப் பட்டம் பெற்றார். இளம் வயதிலிருந்தே தர்க்க ரீதியாகச் சிந்திக்கத் தெரிந்த ஆற்றல் மிக்கவராக வளர்ந்தார்.

அம்மாவின் அறிவுறுத்தலின் பேரில் 1970களின் இறுதியில் வணிக மேலாண்மைக் கல்வியைப் பயில அமெரிக்காவுக்குச் சென்றார். புகழ்பெற்ற மிச்சிகன் பல்கலைக்கழகத்தில் சேர்ந்தார். படித்து

முடித்ததும் அமெரிக்காவிலேயே தனது பணியைத் தொடங்கினார். சில சிறிய மென்பொருள் நிறுவனங்களில் விற்பனை மற்றும் சந்தைப் பிரிவுகளில் பணியாற்றினார்.

1994ஆம் ஆண்டு நெட்ஸ்கேப் நிறுவனரைத் தொடர்புகொண்டு பேசினார். நேர்காணல் சம்பிரதாயங்களுக்குப் பிறகு அங்குத் துணைத் தலைவராகப் பணிக்குச் சேர்ந்தார். தகவல் தொழில்நுட்பத் துறை அப்போதுதான் தன் வளரிளம் பருவத்தில் இருந்தது.

தொண்ணூறுகளின் ஆரம்பத்தில் ஒரு மென்பொருளைக் கணினியில் நிறுவ வேண்டுமானால் விற்பனையகத்துக்கு நேரில் சென்றாக வேண்டும். பிரவுசர்கள் அறிமுகமான பிறகு இருந்த இடத்திலிருந்தே தரவிறக்கம் செய்துகொள்ளலாம் என்ற வசதி இந்தத் துறை வெகு விரைவாக வளர்வதற்கு முக்கியமான காரணமாக இருந்தது. அதனை முதலில் செயல்படுத்திக் காட்டியது நெஸ்ட்கேப். இந்தச் சம்பவம்தான் இணைய உலாவிகளின் பட்டியலில் நெட்ஸ்கேப்பை முதலிடத்தில் அமர வைத்தது. ராம் ஸ்ரீராமின் உழைப்பு அந்த நிறுவனத்தின் வளர்ச்சிக்கு மிக முக்கியமான காரணமாக இருந்தது.

நெட்ஸ்கேப்பின் இந்த வளர்ச்சியையும் பிரவுசர்களுக்கு இருக்கும் எதிர்கால வாய்ப்புகளையும் மைக்ரோசாஃப்ட் சில வருடங்களாகவே கண்காணித்துக்கொண்டிருந்தது. 1998ஆம் ஆண்டு தனது விண்டோஸ் 95 இயங்குதளத்தோடு சொந்தச் சரக்கான இன்டர்நெட் எக்ஸ்ப்ளோரரை வாடிக்கையாளர்களுக்கு அறிமுகப்படுத்தியது. அதோடு நெட்ஸ்கேப் தளர்ந்தது. அமெரிக்க ஆன்லைன் நிறுவனம் நெட்ஸ்கேப்பை விலைக்கு வாங்கி அதனை ஃபயர் ஃபாக்ஸ் பிரவுசராக உருமாற்றி மீண்டும் சந்தைக்குக் கொண்டுவந்ததெல்லாம் தனிக்கதை.

நெட்ஸ்கேப்பிலிருந்து வெளியேறிய ராம் நண்பர்களுடன் இணைந்து ஜங்க்லி என்ற இணையதள நிறுவனத்தைத் தொடங்கினார். இது பிற இணையதளங்களை ஒப்பீடு செய்யும் தளமாக இருந்தது. இதன் தலைவராக அவரே பொறுப்பேற்றிருந்தார்.

1998ஆம் ஆண்டு அந்த நிறுவனத்தை அமேசான் நிறுவனம் விலைக்கு வாங்கியது. ராமும் அமேசானில் வேலைக்குச் சேர்ந்தார். துணைத் தலைவராக ஜெஃப் பெசொஸுடன் நெருங்கிப் பழகும் வாய்ப்பு கிடைத்தது. ஜெஃப் பேசொஸ் தன்னுடைய

போட்டியாளர்களைவிட வாடிக்கையாளர்களுக்கு முக்கியத்துவம் கொடுத்தது அவரைக் கவர்ந்தது. இரண்டாண்டுகள் அமேசானில் வேலை செய்த ராம் அங்கிருந்து விலகித் தனி நிறுவனமொன்றைத் தொடங்கினார். அதற்குள்ளாகத் தான் கூகுளில் முதலீடு செய்யும் வாய்ப்பும் அவருக்கு வாய்த்தது.

ஷெர்பாலோ வென்ச்சர்ஸ் என்ற முதலீட்டு நிறுவனத்தை இரண்டாயிரமாவது ஆண்டில் தொடங்கினார். ஷெர்பா என்பது மலையேற்றம் செய்பவர்களுக்குச் சரியான பாதையைக் காட்டும் வழிகாட்டிகளைக் குறிக்கும் சொல். நிறுவனங்களையும் சரியான பாதையில் வழிநடத்தும் அனுபவமிக்க ராம் ஸ்ரீராம் தொடங்கிய நிறுவனத்தின் பெயரும் ஷெர்பாலோ வென்ச்சர்ஸ் என அமைந்தது தற்செயலானது அல்ல. சிறிய நிறுவனங்களின் வேகத்தையும் பெரிய நிறுவனங்களின் நிதானத்தையும் நிர்வாகத் திறனையும் ஒருசேர அறிந்தவர் ராம் ஸ்ரீராம்.

கூகுளைத் தொடர்ந்து ஸ்டம்பிள்அபான் என்ற இணைய தளங்களைப் பரிந்துரைக்கும் நிறுவனத்தில் முதலீடு செய்தார். இந்த நிறுவனத்தைப் பின்னாள்களில் ஈபே நிறுவனம் விலைக்கு வாங்கியது.

மின்னஞ்சலைப்பிதழ்களை உருவாக்கும் நிறுவனமான பேப்பர்லெஸ் போஸ்ட் என்ற நிறுவனத்தில் முதலீடு செய்தார். அதன்பிறகு ஜாசில் என்ற பொருள்களைத் தேவைக்கேற்ப உருவாக்கியளிக்கும் நிறுவனத்திலும் முதலீடு செய்தார்.

இந்தியாவின் முதல் யூனிகார்ன் நிறுவனங்களில் ஒன்றான இன்மொபி நிறுவனத்திலும் முன்னணி பேமெண்ட் கேட்வே நிறுவனமான ரேஸர்பேயிலும் ஆரம்ப கால முதலீட்டாளராக இருந்தார். தொழில்நுட்பத்தில் அனுபவம் பெற்றவராக இருந்ததால் அவர் எடுத்த முதலீட்டு முடிவுகள் அனைத்தும் அவருக்கு பெரும் பொருளீட்டிக் கொடுத்தன. எவ்வளவு பெரிய முதலீட்டாளர்களாக இருந்தாலும் சில சமயங்களில் சறுக்கிவிடும் என்பது ஸ்ரீராமுக்கும் பொருந்திப்போனது. அப்படி அவர் முதலீடு செய்யத் தவறவிட்ட நிறுவனங்களில் ஊபரும் ஒன்று. ஊபர் நிறுவனரான டிராவிஸ் காலனிக் முதலீட்டுக்காக ராம் ஸ்ரீராமைச் சந்தித்தார். கார்களை வாடகைக்கு விடும் அந்தத் திட்டம் அவரை ஈர்க்கவில்லை. அதிகப்படியான முதலீடும்

கார்களை நிர்வகிப்பதும் ஓட்டுநர்களைக் கையாள்வதும் மிகப் பெரிய சிக்கலாக இருக்கும் என அவர் நினைத்தார். குறைந்த முதலீடு அதிக லாபம் என்ற கொள்கையிலிருந்த ஸ்ரீராம் ஊபர் நிறுவனத்தில் முதலீடு செய்யவில்லை.

ஊபர் இன்றைக்கு உலகளவில் மிகப் பெரிய நிறுவனமாக மாறிவிட்டது. அந்த நிறுவனத்தில் முதலீடு செய்யாமல் தவறவிட்டது மிகப் பெரிய பாடம் எனச் சொன்னார் ஸ்ரீராம்.

ஸ்ரீராம் முதலீடு செய்வதற்காகச் சில விதிகளைப் பின்பற்றினார். நிறுவனர்கள் லாப நோக்கத்தை விட அவர்களுடைய தயாரிப்புகளுக்கு எவ்வளவு முக்கியத்துவம் கொடுக்கிறார்கள் என்பதைப் பார்ப்பார். விளம்பரங்களுக்குக் கோடிக் கணக்கில் பணம் செலவு செய்து வளர்வதை விட இயற்கையான வளர்ச்சியை விரும்புவார். பொதுவான ஒரு சிக்கலுக்கு புதிய தொழில்நுட்பம் மூலம் தீர்வுகாணும் நிறுவனங்கள்தான் பிடித்தமானது. சரியாகச் சொல்வதானால் தங்களுடைய யோசனைகளின் மீது ஆர்வம் கொண்ட மனிதர்களின் மீதுதான் அவர் முதலீடு செய்கிறார்.

தொழில்நுட்பத் துறையில் நாற்பது வருடங்களுக்கும் மேலான அனுபவம் கொண்டவர். பல சிறிய பெரிய நிறுவனங்களுடன் இணைந்து பணியாற்றியவர். இந்தத் துறையின் பொருளாதார ஏற்ற இறக்கங்களை அணுக்கமாகப் பார்த்தவர்.

‘எல்லா நிறுவனங்களும் மனிதர்களால் உருவாக்கப்படுபவையே. சிறந்த மனிதர்களால்தான் சிறந்த நிறுவனங்கள் உருவாகின்றன. எனவே நிறுவனங்களை விட மனிதர்களின் மதிப்பே உயர்ந்தது. கடுமையான நேரங்களில் சிறந்த மனிதர்கள் எடுக்கும் முடிவுகளே நிறுவனங்களின் எதிர்காலங்களைத் தீர்மானிக்கின்றன. செயல்படுத்தப்படாத யோசனைகள் என்றைக்கும் சாதனைகளாக மாறிய வரலாறு இல்லை. கல்வி ஒன்றுதான் தனிப்பட்ட மனிதனுக்கும் சமூகத்தின் உயர்வுக்குமான ஆதாரம். கல்வி வாழ்க்கைக்கான திறன்களைக் கற்றுத்தரும். அந்தத் திறன்களின் மூலமாகவே வெற்றியைப் பெற முடியும். கற்றுக்கொள்வதற்கு வயது ஒரு தடையில்லை’ எனச் சொல்லும் ஸ்ரீராம் மருத்துவம், உயிரியல் மற்றும் சூழலியல் மாற்றம் தொடர்பான விஷயங்களைக் கற்றுக்கொண்டிருக்கிறார்.

கூகுளின் தாய் நிறுவனமான ஆல்பபெட், ஸ்டான்ஃபோர்ட் ஹெல்த் கேர் ஆகிய நிறுவனங்களின் நிவாகக்குழுவில் உறுப்பினராக இருக்கிறார். ஸ்டான்ஃபோர்ட் பல்கலைக்கழகத்தின் வளர்ச்சி மற்றும் ஆலோசனைக் குழுக்களிலும் உறுப்பினராகச் செயல்படுகிறார்.

ஸ்டான்ஃபோர்ட் பல்கலைக்கழகத்தின் வளர்ச்சிக்காகத் தன்னார்வலராகப் பங்களித்த ராம் ஸ்ரீராம் 2024ஆம் ஆண்டிற்கான *'Gold Spike'* விருதைப் பெற்றார். ஃபோர்ப்ஸ் இதழ் வெளியிட்ட 2008 மற்றும் 2009ஆம் ஆண்டிற்கான மிகச் சிறந்த தொழில்நுட்ப முதலீட்டாளர்கள் பட்டியலில் மூன்றாவது இடத்திலிருந்தார். கூகுள் நிறுவனத்தில் அவர் செய்த முதலீட்டை 'எல்லா காலத்திற்குமான சிறந்த முதலீட்டு ஒப்பந்தங்களில் ஒன்று' என ஃபோர்ப்ஸ் இதழ் பாராட்டியது. 2003ஆம் ஆண்டு பிசினஸ் 2.0 இதழ் இவருக்கு 'கிங் மேக்கர்' எனப் புகழாரம் சூட்டியது.

2014ஆம் ஆண்டு ஸ்டான்ஃபோர்ட் பல்கலைக்கழகத்திற்கு 61 மில்லியன் டாலர்களை நன்கொடையாக வழங்கினார். உயிரிப் பொறியியல் மற்றும் வேதிப் பொறியியல் துறையில் உலகத்தரம் வாய்ந்த ஆராய்ச்சிகள் நடக்க இந்த நிதியுதவி அடித்தளமாக அமைந்தது. அதன்பொருட்டு அந்தப் பல்கலைக்கழகம் உயிரிப் பொறியியல் துறைக்கு "ஸ்ரீராம் மையம்" என்று பெயர் சூட்டியது.

ராம் ஸ்ரீராமின் இரண்டு மகள்கள் கேதகி ஸ்ரீராம் மற்றும் ஜான்வி ஸ்ரீராம். *Krikey AI* என்ற பெயரில் செயற்கை நுண்ணறிவு மூலம் அனிமேஷன்களை உருவாக்கும் தொழில்நுட்ப நிறுவனத்தை நடத்திவருகின்றனர். இந்த நிறுவனம் இந்தியாவில் ஜியோவுடன் இணைந்து *'Yaatra'* எனும் *AR* இணைய விளையாட்டை அறிமுகப்படுத்தியது.

தற்போதைய நிலையில் 3.7 பில்லியன் அமெரிக்க டாலர் சொத்து மதிப்பைக்கொண்ட ராம் ஸ்ரீராம் தனம் அறக்கட்டளை என்ற அமைப்பினை நிறுவி கல்விக்கான உதவியைச் செய்துவருகிறார்.

தொழில்நுட்ப உலகையே மாற்றியமைத்த புதிய சிந்தனைகளுக்கு உயிர்கொடுத்த முதலீட்டுக் கலைஞர் ராம் ஸ்ரீராம். தமிழர்களின் அறிவுத்திறனுக்கும் உழைப்பிற்கும் உலக அளவில் இன்னொரு சான்றாகத் திகழ்கிறார்.

வெங்கட்ராமன் ராமகிருஷ்ணன்

2009ஆம் ஆண்டு வேதியியல் துறைக்கான நோபல் பரிசைப் பெற்றவர் வெங்கட்ராமன் ராமகிருஷ்ணன். பரவலாக வெங்கி ராமகிருஷ்ணன் என்று அறியப்படும் இவர், தமிழகத்தின் சிதம்பரத்தில் பிறந்தவர். தந்தையும் தாயாரும் அறிவியல் அறிஞர்களாகவும் பேராசிரியர்களாகவும் பணி செய்தவர்கள்.

வெங்கி பிறந்த உடன் அவருடைய பெற்றோர் மேற்படிப்புக்காக அமெரிக்காவுக்கும் கனடாவுக்கும் சென்றுவிட அவருடைய பாட்டியின் அரவணைப்பில் வளர்ந்தார். படிப்பை முடித்துவிட்டு இந்தியா திரும்பிய பிறகு வெங்கியின் தந்தை சி.வி. ராமகிருஷ்ணன் பணி நிமித்தமாக, குஜராத்தில் உள்ள தற்போது வடோதரா எனப்படும் பரோடாவுக்குச் செல்ல நேர்ந்தது. குடும்பத்துடன் அங்கு இடம் பெயர்ந்தனர்.

பரோடாவில் மகாராஜா சாயாஜிராவ் பல்கலைக்கழகத்தில் உயிர்வேதியியல் துறையினைத் தொடங்கியவர் வெங்கியின் தந்தை. அவருடைய தாயார் ராஜலக்ஷ்மியும் தந்தையோடு சேர்ந்து பேராசிரியராகப் பணியாற்றிக்கொண்டிருந்தார்.

பரோடாவில் பள்ளிப்படிப்பையும் பரோடா மகாராஜா சாயாஜிராவ் பல்கலைக்கழகத்தில் இயற்பியலில் இளங்கலைப் பட்டமும் பெற்றார். அமெரிக்காவில் உள்ள ஓஹியோ பல்கலைக்கழகத்தில் இயற்பியலில் முனைவர் பட்டம் பெற்றார்.

இயற்பியலில் பட்டம் பெற்ற பிறகு பேராசிரியராகப் பணிக்குச் சேர்ந்தார். வெகு விரவில் அவருக்கு இயற்பியலில் இருந்த ஆர்வம் குறையத் தொடங்கியது. இருபத்து நான்கு வயதில் இயற்பியலில் முனைவர் பட்டம் பெற்றுவிட்ட பிறகும் மீண்டும் இளங்கலை மாணவராக உயிரியலைத் தொடங்கிப் படித்தார். அதற்கெல்லாம் அசாத்தியமான தைரியமும் தன்னம்பிக்கையும் இருக்க வேண்டும். வெங்கிக்கு அது குறைவில்லாமல் இருந்தது. அதனால்தான் அந்தத் துறையில் அவர் உச்சம் தொட்டிருக்கிறார். கலிபோர்னியா பல்கலைக்கழகத்தில் உயிரியல் பாடம் கற்றார். மூலக்கூறுகள் குறித்த ஆய்வை மேற்கொண்டார். யேல் பல்கலைக்கழகத்தில் உயிரியலில் முனைவர் பட்ட ஆராய்ச்சியைத் தொடர்ந்தார்.

எண்பதுகளின் ஆரம்பத்தில் தொடங்கி பன்னிரண்டு ஆண்டுகள் நியூயார்க்கில் உள்ள புரூக்ஹேவன் தேசிய ஆய்வகத்தில் பணி செய்தார். அதன்பிறகு இங்கிலாந்தில் உள்ள கேம்ப்ரிட்ஜ் பல்கலைக் கழகத்தின் மருத்துவ ஆராய்ச்சிக் கழகத்தில் பணியைத் தொடர்ந்தார். அவர் மேற்கொண்ட ஆய்வுகள் குறித்த கட்டுரைகள் பல தளங்களில் வெளியாகி அறிவியல் உலகில் பெரும் வரவேற்பைப் பெற்றன.

ரைபோசோம் *(Ribosome)* எனப்படும் செல்களுக்குள் புரதங்கள் உற்பத்தியாவது தொடர்பாக அவர் ஆய்வு மேற்கொண்டார். ரைபோசோம் என்பது நம் உடலில் உள்ள செல்களில் புரதத்தை உற்பத்தி செய்யும் ஒரு சிறிய அமைப்பு. எக்ஸ்ரே படிகவியல் என்னும் முறையைப் பயன்படுத்தி ரைபோசோமின் மிக நுணுக்கமான அணு அமைப்பை வரைபடமாக்கினார். அவருடைய ஆய்வுகளின் மூலமாகப் பாக்டீரியாக்களின் ரைபோசோம்களைப் புரிந்துகொள்ள முடிந்தது. இதன் மூலமாகப் புதிய ஆண்டிபயாட்டிக் மருந்துகள் தயாரிக்க முடிந்தது. இந்த ஆய்வுதான் அவருக்கு வேதியியல் துறைக்கான நோபல் பரிசைப் பெற்றுத் தந்தது.

அவருடன் அமெரிக்கா மற்றும் இஸ்ரேலைச் சேர்ந்த இரண்டு ஆய்வாளர்களுக்கும் 2009ஆம் ஆண்டுக்கான நோபல் பரிசு பிரித்தளிக்கப்பட்டது. இதன்மூலம் சர். சி.வி. ராமன், சுப்ரமணியன் சந்திரசேகரைத் தொடர்ந்து நோபல் பரிசு பெறும் தமிழர்களின் பட்டியலில் மூன்றாவதாக இணைந்துகொண்டார். நோபல் பரிசு அறிவிப்பைத் தாங்கி வந்த தொலைபேசி அழைப்பை முதலில் பிராங் கால் எனவே நினைத்தார்.

இந்த ரைபோசோம் கட்டமைப்பினைக் கண்டறிய பல்வேறு அமைப்புகளும் விஞ்ஞானிகளும் போட்டிபோட்டு ஆய்வு செய்துகொண்டிருந்தனர். இதன் கட்டமைப்பைக் கண்டறிவது சாத்தியமே இல்லை என நிறைய விஞ்ஞானிகள் கருதினர். அப்போதைய அனுபவங்களை ஜீன் மெஷின் - *Gene Machine* என்ற தன்னுடைய புத்தகத்தில் விரிவாகப் பதிவு செய்திருக்கிறார். ஒரு விஞ்ஞானியின் வாழ்க்கையில் ஏற்படும் ஏமாற்றங்கள், சவால்கள் மற்றும் வெற்றியைக் குறித்தும் தீவிரமாக விவாதிக்கிறது இந்தப் புத்தகம்.

அவரது ஆரம்ப கால ஆராய்ச்சிகள் பலமுறை தோல்வியடைந்தன. அதைப்பற்றியெல்லாம் கவலைப்படாமல் தொடர்ந்து முயற்சி செய்துகொண்டே இருந்தார். பல ஆண்டுகள் அவர் எந்த ஒரு பெரிய கண்டுபிடிப்பையும் நிகழ்த்தவில்லை. ஒரு கட்டத்தில், அவருக்கு ஆய்வகங்களில் வேலை கிடைப்பதே குதிரைக்கொம்பாக இருந்தது. ஆனால், அவர் தனது இலக்கான ரைபோசோம் கட்டமைப்பைக் கண்டறிவதில் உறுதியாக இருந்தார்.

முதுமை மற்றும் மரணம் குறித்த கேள்விகளுக்கான அறிவியல்பூர்வமாக விடைதேடும் முயற்சியே வெங்கி எழுதிய '*Why We Die*' என்ற புத்தகம்.

நோபல் பரிசு பெற்ற பிறகும் தமது ஆய்வகத்தில் நேரடியாக ஆராய்ச்சிகளில் ஈடுபடுவதையே விரும்பினார். அறிவியல் ஆய்வகங்களில் முடிந்துவிடக் கூடாது என்ற கருத்தோடு அதை மக்களிடம் கொண்டு செல்வதிலேயே அதிக கவனம் செலுத்துகிறார்.

இந்தியாவில் பிறந்து அமெரிக்கா மற்றும் ஐரோப்பாவில் பணி செய்து சென்ற இடமெல்லாம் சிறப்பு செய்தார். இயற்பியல், வேதியியல், உயிரியல் எனத் தாம் படித்த அனைத்துத் துறைகளிலும் சிறந்து விளங்குகிறார். பல்வேறு சர்வதேச அறிவியல் அமைப்புகளில் உறுப்பினராக இருக்கிறார்.

லண்டனில் உள்ள ராயல் சொசைட்டியின் தலைவராகத் தேர்ந்தெடுக்கப்பட்ட பெருமைக்குரியவர். 1650ஆம் ஆண்டு தொடங்கப்பட்டு பாரம்பரியம் மிக்க இந்த அமைப்பின் தலைவராகத் தேர்ந்தெடுக்கப்பட்ட முதல் இந்திய மற்றும் ஆசிய

வம்சாவளியைச் சேர்ந்தவர் என்ற பெருமையைப் பெற்றார். ஐசக் நியூட்டன் போன்ற மாமேதைகள் அலங்கரித்த இந்தப் பதவியில் இணைந்து இந்தியாவுக்கும் தமிழகத்துக்கும் பெருமை சேர்த்தார் வெங்கி.

பல்வேறு நிகழ்வுகளிலும் கருத்தரங்குகளிலும் வெங்கி ஆற்றிய அறிவியல் தொடர்பான உரைகள் புகழ்பெற்றவை.

'அறிவியல் கருத்துகளைத் தாய்மொழியில் கற்கும்போதுதான் மிக எளிமையாகப் புரிந்துகொள்ள முடியும். பெரும்பாலான அறிவியல் ஆய்வுகளும் புத்தகங்களும் ஆங்கிலத்தில் இருப்பது கற்றுக்கொள்வதற்கு பெரும் தடையாக இருக்கிறது. அறிவியலை அவரவர் மொழியில் படிக்கும் வகையில் வாய்ப்புகளை உருவாக்க வேண்டும்.'

'இந்தியாவைப்போல ஒரு நாட்டில் அறிவியல் ஆய்வுகளுக்காக ஒதுக்கப்படும் நிதியானது மிக மிகக் குறைவு. அமெரிக்கா சீனா ஐரோப்பிய நாடுகளை ஒப்பிடும்போது இந்தியாவில் ஒதுக்கப்படும் நிதி ஒன்றுமே இல்லை.'

'இந்திய விஞ்ஞானிகள் மற்றும் ஆய்வாளர்களுக்கு இருக்கும் போதுமென்ற மனமும் பல புதிய கண்டுபிடிப்புகளுக்குத் தடையாக இருக்கிறது. சரியான வழிகாட்டுதலும் பெரிய லட்சியங்களும் இல்லாமல் தடுமாறுகிறது இந்திய அறிவியல் துறை.'

'இந்திய அறிவியல் நிறுவனங்களில் இருக்கும் அதிகாரப் படிநிலை ஆய்வாளர்களின் சிந்தனைக்கும் சுதந்திரத்திற்கும் எதிராக உள்ளது. அதிகாரப் படிநிலைகளுக்கு முக்கியத்துவம் தராமல், தரவுகளுக்கு முக்கியத்துவம் தருவதே அறிவியலின் அடிப்படை. இந்திய அறிவியல் மாநாடுகளில் அறிவியலுக்கு எதிரான கருத்துகள் பேசப்படுவதும் அதற்கு அரசியல் ஆதரவு கிடைப்பதும் இந்தியாவின் நற்பெயரை சர்வதேச அளவில் சிதைக்கும் செயல். அறிவியலை மதத்துடனோ அல்லது புராணங்களுடனோ இணைத்துப் பேசுவது மிகத் தவறான முன்னுதாரணம்.'

'அறிவியல் என்பது ஒரு குறிப்பிட்ட நாட்டுக்கோ அல்லது இனத்துக்கோ சொந்தமானது அல்ல; அது எல்லைகளைக் கடந்து மனிதகுலம் முழுமைக்கும் பயன்பட வேண்டிய ஒன்று.'

இப்படி அறிவியல் குறித்து அவர் பேசிய அத்தனையும் உண்மையான அறிவியலின் மீது அவர்கொண்ட ஈடுபாட்டையும் அக்கறையையும் வெளிப்படுத்தின.

இந்தியக் குடியுரிமைச் சட்டத் திருத்தம் குறித்து ஊடகங்களிடம் பேசிய வெங்கி 'மதத்தின் அடிப்படையில் குடியுரிமையை வழங்குவது அரசியலமைப்பின் ஆன்மா மற்றும் சட்டத்திற்கு எதிரானது. குறிப்பிட்ட மதத்தைத் தவிர்த்துவிட்டு மற்றவர்களுக்குக் குடியுரிமை வழங்குவது தவறானது' என்றார். அவர் இந்தியக் குடிமகனல்ல என்றாலும், இந்தியாவில் பிறந்து 19 வயது வரை இங்கேயே வளர்ந்ததன் வெளிப்பாடாகவும் இந்தியா மீது அவருக்கு இருந்த அக்கறையையும் அவருடைய கருத்துகள் பிரதிபலித்தன.

படிப்பை முடித்துவிட்டு அவர் இந்தியாவுக்குத் திரும்பாமல் அமெரிக்காவிலும் ஐரோப்பாவிலும் இருந்து செயல்படுவது அங்கிருக்கும் வசதிக்காக மட்டுமல்ல. அங்கு அவருக்குக் கிடைக்கும் சுதந்திரமான ஆய்வுச் சூழலுக்காகவும்தான்.

நான்காவது ஏசியன் அவார்ட்ஸ் விழாவில் அறிவியல் துறையில் மிகச் சிறந்த சாதனையாளர் விருதை *(Outstanding Achievement in Science)* வெங்கி பெற்றார். ஆசிய வம்சாவளியைச் சேர்ந்த உலகளாவிய சாதனையாளர்களைக் கௌரவிக்கும் மிக முக்கியமான விருது இது. பிரிட்டிஷ் மன்னர் மூன்றாம் சார்லஸால் ஆர்டர் ஆஃப் மெரிட் *(Order of Merit - 2022)* என்ற மிக உயரிய கௌரவம் கிடைத்தது.

அறிவியல் துறையில் வெங்கி ஆற்றிய பணிக்காக இங்கிலாந்து அரசு அவருக்கு சர் பட்டம் வழங்கியது. இந்திய அரசும் அவருக்குப் பத்மவிபூஷன் விருதை வழங்கிச் சிறப்பு செய்தது.

விஞ்ஞானியாக அவர் சாதனை செய்திருந்தாலும் பெரும்பாலான விஞ்ஞானிகளின் பிரதிநிதியாக அவர் என்றைக்கும் இருந்ததில்லை. இருபத்து நான்கு மணி நேரமும் ஆய்வுக்கூடத்தில் இருப்பதில்லை. வாழ்வுக்கும் வேலைக்கும் இடையிலான தெளிவான இடைவெளியைப் பின்பற்றுவதால் சந்தோஷமான வாழ்க்கையை வாழ்கிறார்.

செயற்கை நுண்ணறிவுத் தொழில்நுட்பம் மருத்துவத் துறையில் பெரும் புரட்சியை ஏற்படுத்தும். வெறும் தொழில்நுட்ப அறிவு

மட்டும் போதாது. அதற்கு மானுட விழுமியங்களும் அறநெறிகளும் அவசியம் என்று வலியுறுத்துகிறார்

அறிவியலைத் தவிர இசை, வாசிப்பு, நடைப்பயணம், மிதிவண்டி ஓட்டுதல் என அவருடைய ஆர்வங்கள் பலதரப்பட்டவை. ஆய்வுக்கூடங்களில் சிக்கலான பிரச்னைக்குத் தீர்வுகாணும்போது அதிலிருந்து விலகி வேறொரு பிடித்த செயலைச் செய்யும்போது அந்தப் பிரச்னையை வேறோரு கோணத்தில் அணுகித் தீர்வு காண முடியும் என்பது அவர் சோதித்துப் பார்த்து வெற்றிபெற்ற வழிமுறை.

தற்போது லண்டனில் உள்ள கேம்பிரிட்ஜ் பல்கலைக்கழகத்தின் மூலக்கூறு உயிரியல் ஆய்வகத்தில் மூத்த விஞ்ஞானியாகப் பணியாற்றி வருகிறார்.

அக்ஷய் வெங்கடேஷ்

அக்ஷய் வெங்கடேஷ். கணிதத் துறையில் சிறந்து விளங்குவோர்க்கு வழங்கப்படும் மிக உயரிய விருதான ஃபீல்ட்ஸ் பதக்கத்தைப் *(Fields Medal)* பெற்ற இரண்டாவது இந்திய வம்சாவளியைச் சேர்ந்தவர். இந்தப் பரிசைப் பெற்ற ஒரே தமிழரும் அவர்தான். கணிதத்தில் அவருடைய தொலைநோக்குக் கோட்பாடுகளுக்காகவும் அவருடைய சிறந்த பங்களிப்பிற்காகவும் 2018ஆம் ஆண்டு ரியோ டி ஜெனிரோவில் நடந்த கணித மாநாட்டில் கணிதத் துறையின் நோபல் பரிசு எனப்படும் இந்த உயரிய விருது அவருக்கு வழங்கப்பட்டது.

அமெரிக்காவின் பிரின்ஸ்டன் நகரில் வசித்துவரும் அக்ஷய் உயர் படிப்புக்கான கல்விக்கழகத்தில் *(Institute for Advanced Study - IAS)* கணிதவியல் துறையின் பேராசிரியராக 2018ஆம் ஆண்டு முதல் பணியாற்றி வருகிறார். ஆல்பர்ட் ஐன்ஸ்டீன் போன்ற பல மேதைகளும் அறிஞர்களும் பணியாற்றிய இடத்தில் அக்ஷயும் பணியாற்றுவதில் அதிசயம் ஒன்றுமில்லை. ஏனெனில் அக்ஷய் இளம் வயதிலேயே மேதையாக அடையாளம் காணப்பட்டவர்.

1981ஆம் ஆண்டு டெல்லியில் தமிழ்க் குடும்பத்தில் பிறந்தவர். அக்ஷய் இரண்டு வயதாக இருக்கும்போதே அவருடைய குடும்பம் ஆஸ்திரேலியாவில் உள்ள பெர்த் நகருக்கு இடம்பெயர்ந்தது. அக்ஷயின் தந்தை ரவி வெங்கடேஷ் மென்பொருள் பொறியாளர்.

தாயார் ஸ்வேதா வெங்கடேஷ் கணினி அறிவியல் துறையின் பேராசிரியர்.

அக்ஷய் தன் பதினொன்றாவது வயதில் சர்வதேச இயற்பியல் ஒலிம்பியாட் போட்டியில் வெண்கலப் பதக்கம் வென்றார். அடுத்த வருடமே கணித ஒலிம்பியாட் போட்டியில் வெண்கலப் பதக்கம் வென்றார். பதின்மூன்று வயதிலெல்லாம் பள்ளிப்படிப்பை முடித்துவிட்டார்.

பதினாறு வயதில் பெர்த் பல்கலைக்கழகத்தில் இளங்கலைக் கணிதப் பாடத்தை முடித்து பல்கலைக்கழகத்தின் உட்ஸ் நினைவுப் பரிசைப் பெற்றார். முதுகலைப் படிப்பிலும் இணைந்துவிட்டார். பெர்த் பல்கலைக்கழக வரலாற்றில் அவ்வளவு இளம் வயதில் பட்டம் பெற்றவர் அவர் ஒருவர்தான். பல்வேறு புத்தகங்களையும் கட்டுரைகளையும் தொடர்ந்து வாசிக்கும் பழக்கம் கொண்டவர் அக்ஷய். அனைத்தையும் படிப்பதல்ல அறிவு. எது ஈர்க்கிறதோ அதை ஆழமாகப் படிக்க வேண்டும் என்பதில் உறுதியாக இருந்தார்.

இளம் வயதிலிருந்தே கேட்டுக்கொண்டிருப்பதால் மேதை என்ற சொல் அவருக்கு ஒவ்வாமையை ஏற்படுத்துவதாகச் சொல்கிறார். கணிதத்தில் பல விதமான வழிமுறைகளுக்குப் பங்களிப்பதை இந்தச் சொல்லாடல் முழுமையாகப் பிரதிபலிக்கவில்லை என்பது அவருடைய கருத்து.

பெர்த் பல்கலைக்கழகத்தில் படிப்பை முடித்துவிட்டு பிரின்ஸ்டன் சென்ற அக்ஷய்க்கு ஓர் உண்மை உறைத்தது. கணிதத்தில் தன்னைப்போலவோ தன்னிலும் மேலாகவோ அங்கு பலரும் இருப்பது அவருக்குப் புரிந்தது.

பள்ளியிலும் கல்லூரியிலும் படித்ததைப்போல எளிதாக இருந்த கணிதம், கணித ஆராய்ச்சியை மேற்கொண்டபோது இல்லை என்பதை உணர்ந்தார். பள்ளியில் பாடங்கள் எளிதாகவும் கேள்விகளுக்கான விடைகள் தெளிவாகவும் இருக்க ஆராய்ச்சிப் படிப்பில் முடிவில்லாத கேள்விகள் அதிகமிருந்தன. கணிதம் சவாலானது மட்டுமல்ல; அது தேடல் மிகுந்தது என்பது அவருக்குப் புரிந்தது. ஒரு கட்டத்தில் கணிதத் துறையை விட்டு வெளியேறக்கூட நினைத்தார். ஆனால் அவரை விடாமல் பிடித்துக்கொண்டது அந்தத் துறை. இருபதாவது வயதில் கணிதத்தில் முனைவர்

பட்டம் பெற்றார். 2008ஆம் ஆண்டு ஸ்டான்ஃபோர்டில் பணிக்குச் சேர்ந்தபோது அவருக்கு வயது இருபத்தேழு. அதற்கு முன்னர் மசாசூசெட்ஸ், கோரண்ட் ஆகிய கல்லூரிகளில் பணிசெய்து அனுபவம் பெற்றார்.

கணிதத்திற்கும் கணினிக்கும் பிரிக்க முடியாத தொடர்பிருக்கிறது என்று நினைத்துக்கொண்டிருக்கிறோம். ஆனால் ஆராய்ச்சிப் படிப்பை முடித்து எட்டாண்டுகளுக்குப் பிறகுதான் அவர் கணினியுடனான தொடர்பை ஏற்படுத்திக்கொண்டார். காகிதமே இல்லாமல் கணக்குப் போடத்தெரிந்தவர்க்கு, கணினி எல்லாம் ஒரு பொருட்டாக இல்லை என்பதுதான் விஷயம்.

எண் கணித கோட்பாடு *(Number Theory)*, பிரதிநிதித்துவக் கோட்பாடு *(Representation Theory)*, எர்கோடிக் கோட்பாடு *(Ergodic Theory)* போன்ற பல கடினமான கணிதத் துறைகளில் மிக முக்கியமான ஆராய்ச்சிகளைச் செய்துள்ளார். கணிதவியலில் சிக்கலான பல்வேறு பிரிவுகள் இருக்கின்றன. ஒரு துறைக்குள் புகுந்து அதில் மாற்றங்களை ஏற்படுத்தக்கூடிய ஆய்வுகளைச் செய்துவிட்டு அங்கிருந்து விலகி அடுத்த துறைக்கான ஆய்வுகளைத் தொடங்கிவிடுகிறார் அக்ஷய். கணிதத்தில் ஒரு துறையில் நிபுணராக இருப்பவர் பிற துறைகளில் அப்படி இருப்பார் எனச் சொல்லிவிட முடியாது. ஆனால் அக்ஷய் அப்படித்தான் இருக்கிறார். அனைத்துக் கோட்பாடுகளையும் ஒன்றிணைத்துச் சிந்திப்பதில் அவருக்கு நிகராக வேறொருவர் இல்லை. இதன் காரணமாகவே கணித உலகில் அவருக்கு *'The Great Connector'* என்ற புனைபெயரும் உண்டு.

உண்மையில் பிற கணிதவியலாளர்கள் அவருடைய திறமையை உணர்ந்துகொண்ட வேகத்தில் அவர் தன்னுடைய திறமையை உணர்ந்துகொள்ளவில்லை. அவர் கணிதம் சார்ந்து செய்யும் ஒவ்வொரு செயலிலும் திருப்தியடைய நீண்ட காலம் எடுத்துக் கொண்டார். மற்ற கணிதவியலாளர்கள் அக்ஷய் செய்த சாதனைகளைக் கண்டு வியக்கும் அதே வேளையில் இப்போது இருப்பதைப்போன்ற தொழில்நுட்பம் இல்லாத கடந்த நூற்றாண்டில் வாழ்ந்த கணிதவியலாளர்களைக் கண்டு வியக்கிறார் அக்ஷய்.

பாடங்கள் எவ்வளவு கடினமாக இருந்தாலும் அதனை வெகு விரைவில் உள்வாங்கிப் புரிந்துகொள்ளும் திறமை அக்ஷய்க்கு

இயல்பிலேயே இருந்தது. அவரிடமிருந்த அதீத நுண்ணறிவே இதற்குக் காரணம் என்பது அவரை நன்கு அறிந்தவர்களின் வாக்குமூலம்.

ஆராய்ச்சிகளுக்கு இடையில் மனச்சோர்வு ஏற்படும்போதெல்லாம் அந்த ஆராய்ச்சிக்குச் சம்பந்தமில்லாத கணிதப் புத்தகங்களில் மூழ்கிவிடுவார். சோர்வும் தெளிவும் கணிதத்தால் மட்டுமே நிகழக்கூடியதாக இருந்தது. ஒரு சிக்கலான விஷயத்தை ஆழமாகப் புரிந்துகொண்டு அதன் சாரத்தை மட்டும் எடுத்துக்கொள்வதில் அவர் ஒரு வித்தகர்.

படிப்பை முடித்துவிட்ட அக்ஷய்க்குத் தன்னை நிலைநிறுத்திக் கொள்ள வேண்டும் என்ற ஆர்வமிருந்தது. ஜோர்டான் எலன்பெர்க் என்பவருடன் இணைந்து எண் புல விரிவாக்கங்கள் *(Number Field Extensions)* தொடர்பான ஆய்வுகளை மேற்கொண்டார். பல வருடங்களாக எந்த மாற்றமுமில்லாமல் இருந்த இந்தத் துறையில் புதிய எல்லையைத் தொட்டனர். இந்த ஆய்வு அவருக்கு உளவியல் ரீதியாக மிகப் பெரிய மாற்றத்தை ஏற்படுத்தியது.

அதற்குப் பிறகு அவர் முன்னெடுத்த ஆய்வுகளின் மூலமாக அதுவரை கணித உலகில் தீர்க்கப்படாத சிக்கல்களில் ஒன்றான ரீமன் கருதுகோள் *(Riemann Hypothesis)* பணிகளில் புதிய வழியைக் காட்டினார். 2004ஆம் ஆண்டு வெளியான அவரது ஆய்வுக் கட்டுரையில் எண் கணிதச் சிக்கலைத் தீர்க்கும் ‘டைனமிக்கல் சிஸ்டம்’ பற்றிய கருத்துகள் இடம்பெற்றிருந்தது, கணித உலகில் ஆச்சரியத்தை ஏற்படுத்தியது.

அக்ஷயின் மனைவி சாரா ஓர் இசைக் கலைஞர். அவர்களுக்கு இரண்டு மகள்கள். வீட்டுக்கு வெளியில் மட்டும்தான் அக்ஷய் கணிதவியலாளர். வீட்டுக்குள்ளும் அலுவலகத்தைத் தூக்கிச் சுமப்பவர்களுக்கு இது ஒரு பாடம். கணிதத்திலிருக்கும் சவால்கள் அவருடைய தனிப்பட்ட வாழ்க்கையில் இல்லாதவாறு அவருடைய வாழ்க்கை அமைந்திருப்பது ஒரு வரம்.

தொன்மையான கணிதச் சிக்கல்களுக்கு எர்கோடிக் கோட்பாட்டையும் பிரதிநிதித்துவக் கோட்பாட்டையும் பயன்படுத்தியதற்காக 2007ஆம் ஆண்டிற்கான *Salem Prize* அவருக்கு வழங்கப்பட்டது. ஸ்ரீனிவாச ராமானுஜன் பெயரில் சாஸ்த்ரா

பல்கலைக்கழகம் வழங்கிய விருதினை 2008ஆம் ஆண்டு பெற்றார். 2016ஆம் ஆண்டுக்கான இன்போசிஸ் விருதையும் பெற்றார். நவீன எண் கோட்பாட்டில் அவருடைய பங்களிப்பிற்காக இந்த விருது அவருக்கு வழங்கப்பட்டது. 2017ஆம் ஆண்டு ஆஸ்ட்ரோவ்ஸ்கி பரிசினை வென்றார்.

கணிதத்தில் இன்னும் தீர்க்கப்படாத விஷயங்களே அவரை அதிகம் ஈர்க்கின்றன. அதற்கான ஆராய்ச்சிகளில் அவரை முழுமையாக ஈடுபடுத்திக்கொண்டிருக்கிறார். அதைப்பற்றிச் சொல்லும்போது ‘என்னுடைய ஆராய்ச்சிப் பயணம் என்னை எங்கு கொண்டுபோய்ச் சேர்க்கும் என்பது நிச்சயமாகத் தெரியாது. ஆனால் அங்கே ஆச்சரியப்படுத்தும் ஏதோ ஒன்று இருக்கும் என்பதில் சந்தேகமில்லை’ என்கிறார் அவிழ்க்கப்படாத முடிச்சுகளின் மீது மாறாத ஆர்வம் கொண்ட அக்ஷய்.

பலருடைய வாழ்க்கையிலும் எண்கள் ஏடாகூடமாக விளையாடி விடுகிறது. அக்ஷய் போன்றவர்கள்தான் எண்களோடு விளையாடுவதைப் பிடித்தமான வாழ்க்கை முறையாக மாற்றிக்கொள்கின்றனர்.

பத்மா லட்சுமி

ஸ்பெயின் தலைநகர் மாட்ரிட்டில் ஒரு கஃபேவில் தனது நண்பருடன் உணவருந்திக்கொண்டிருந்தார் பத்மா லட்சுமி. மாடலிங் முகவர் ஒருவர் கண் சிமிட்டாமல் அவரையே பார்த்துக்கொண்டிருந்தார். பத்மா லட்சுமி ஃபேஷன் உலகிற்குள் நுழைய அது மட்டுமே போதுமானதாக இருந்தது. ஸ்பெயினின் மாட்ரிட் நகரில் தங்கிப் படித்துக்கொண்டிருந்த பத்மாவின் வாழ்க்கையில் மிகப் பெரிய மாற்றம் இப்படித்தான் நிகழ்ந்தது.

இமானுவேல் உங்காரோ, ரால்ப் லாரன், ஆல்பர்ட்டா ஃபெரட்டி. இவர்களெல்லாம் உலகின் தலைசிறந்த ஆடைவடிமைப்பாளர்கள். அவர்கள் தயாரித்த ஆடைகளணிந்து ஃபேஷன் ஷோக்களில் ஒய்யாரமாக நடந்து வந்த பத்மா லட்சுமியை ஃபேஷன் உலகம் கொண்டாடியது. ராபர்டோ கவாலி, வெர்சஸ் போன்ற உலகின் முன்னணி ப்ராண்டுகளின் விளம்பரங்களையும் அலங்கரித்தார்.

புகழ்பெற்ற பத்திரிகைகளின் அட்டைப் படங்களில் இடம்பெறுவது மாடலிங் துறையில் இருப்பவர்களுக்கு வாழ்நாள் லட்சியம். காஸ்மோபொலிட்டன், ஹார்பர்'ஸ் பஜார், மேரி க்ளைய்ர், நியூஸ் வீக் ட்வுன் அண்ட் கன்ட்ரி உள்ளிட்ட ஏராளமான பத்திரிகைகளின் அட்டைப்படங்களை பத்மாவின் புகைப்படங்கள் அலங்கரித்தன. பாரிஸ், அமெரிக்கா என அனைத்து இடங்களிலும் வெற்றிகரமாக இருந்த முதல் இந்திய மாடல் பத்மா லட்சுமி தான்.

டாப் செஃப் நிகழ்ச்சியின் தொகுப்பாளராகவும் நடுவராகவும் பதினேழு ஆண்டுகள் பணியாற்றினார். டேஸ்ட் ஆஃப் தி நேஷன்

தொடர் வழியாக அமெரிக்கா முழுவதும் பயணம் செய்கிறார். அமெரிக்காவில் குடியேறிய பல இன மக்களின் உணவுகளைப் பார்வையாளர்களுக்கு அறிமுகப்படுத்தும் மிகப் பெரிய வெற்றி பெற்ற தொலைக்காட்சித் தொடர் அது.

பத்மா லட்சுமியின் தந்தை வைத்தியநாதன். ஒரு தனியார் நிறுவனத்தில் உயர் அதிகாரியாக வேலை செய்துகொண்டிருந்தார். அவருடைய தாயார் புற்றுநோய் மருத்துவத்தில் நிபுணத்துவம் பெற்ற செவிலியர். பத்மாவுக்கு ஒரு வயதாக இருந்தபோதே பெற்றோருக்குள் கருத்து வேறுபாடு ஏற்பட்டது. அவருடைய இரண்டாவது வயதில் இருவரும் விவாகரத்து பெற்று பிரிந்துவிட்டனர்.

பத்மாவின் அம்மா வேலை தேடி தனியாக அமெரிக்கா சென்று விட அடுத்த இரண்டு ஆண்டுகள் தாத்தா பாட்டியுடன் வளர்ந்தார். அவருடைய நான்காவது வயதில் தாயாருடன் அமெரிக்கா சென்றார். விடுமுறை கிடைக்கும்போதெல்லாம் சென்னைக்கு வந்துவிடுகிற பழக்கம் இருந்தது. பாட்டி சமையல் செய்வதை அருகிலிருந்து பார்த்தவருக்கு சமையல் மீதான ஆர்வம் இயல்பிலேயே வந்துவிட்டது. அந்த ஆர்வம்தான் அவருக்குப் பிற்காலத்தில் பெரும் புகழைக் கொண்டுவந்து சேர்த்தது.

தந்தை அவர்களை விட்டுப் பிரிந்த பிறகு ஒரே ஒருமுறை சந்தித்திருக்கிறார் பத்மா. அப்போது அவருக்கு இரண்டாவது திருமணமாகி இரண்டு குழந்தைகள் இருந்தன. அதுதான் அவரை கடைசியாக பத்மா சந்தித்தது.

கலிஃபோர்னியாவின் லா புவென்டே என்ற இடத்தில் வளர்ந்த பத்மா வில்லியம் வொர்க்மேன் உயர்நிலைப் பள்ளியில் பள்ளிக்கல்வியை முடித்தார். மசாசூசெட்ஸில் உள்ள கிளார்க் பல்கலைக்கழகத்தில் நாடகக் கலை மற்றும் அமெரிக்க இலக்கியம் ஆகிய துறைகளில் இளங்கலைப் பட்டம் பெற்றார்.

ஒவ்வொரு வருடமும் ஜூன் மாதம் பள்ளி விடுமுறையின்போது சென்னையிலிருந்த பாட்டி வீட்டுக்கு வந்துவிடுவார். அடுத்த மூன்று மாதங்களும் தாத்தா பாட்டி மற்றும் உறவினர்களோடு பொழுதைக் கழிப்பார். அமெரிக்காவில் தனிமையில் வளர்ந்த அவருக்குச் சென்னையிலிருந்த காலம் மிகவும் பாதுகாப்பாகவும்

மகிழ்ச்சியானதாகவும் இருந்தது. சொப்புச் சாமான்கள் எனப்படும் மரத்திலான பொம்மைகளை வைத்து விளையாடிக்கொண்டிருந்ததை இப்போதும் நினைவில் வைத்திருக்கிறார். அந்த பொம்மைகளை வைத்து சமையல் செய்வது போன்று விளையாடுவது அவருக்கு மிகப் பிடித்தமானதாக இருந்தது.

பத்மா பதினான்காவது வயதில் இருந்தபோது கார் விபத்து ஏற்பட்டது. அந்த விபத்தில் அவருடைய வலது கையில் காயம் ஏற்பட்டது. பின்னர் அது பெரிய தழும்பாக மாறித் தங்கிவிட்டது. மாடலிங் துறைக்கு வந்தபிறகு அந்தத் தழும்பு குறித்துக் கவலைகொண்டார். பின்னர் அந்தத் தழும்பையே தனது அடையாளங்களுள் ஒன்றாக மாற்றிக்கொண்டார். ஹெல்மட் நியூட்டன் என்ற புகழ்பெற்ற புகைப்படக் கலைஞர் அந்தத் தழும்பை ஓர் அழகியல் அம்சமாகவே தன்னுடைய புகைப்படங்களில் பயன்படுத்தினார்.

இளம் வயதில் தாழ்வு மனப்பான்மை மிக்கவராக இருந்த பத்மா அதை மறைக்கச் சமையலை ஓர் உத்தியாகப் பயன்படுத்தினார். சமைப்பதும் சமைத்ததைப் பிறருக்குப் பரிமாறுவதும் மற்றவர்களுடன் இணக்கமாக இருக்க அவருக்கு உதவி செய்தது. உணவின் மூலமாகவே இந்த உலகைத் தாம் உணர்வதாகச் சொல்கிறார்.

பாட்டியின் சமையலில் ரசம் சாதம், கிச்சடி ஆகிய உணவுகளின் மீது ஈர்ப்பு ஏற்பட இன்றைக்கும் பத்மாவின் வீட்டு உணவுப்பட்டியலில் கிச்சடிக்கு மிக முக்கியமான இடம் உண்டு.

ஒரு பெண்ணாக, இடம்பெயர்ந்தவராக, வெள்ளை இனத்தைச் சேராத ஒருவராக அமெரிக்காவில் பல இன்னல்களைச் சந்தித்ததாகப் பல தருணங்களில் வெளிப்படுத்தியிருக்கிறார்.

இதுவரை ஐந்து புத்தகங்களை எழுதியிருக்கிறார். இரண்டு சமையல் புத்தகங்களும் ஒரு குழந்தைகளுக்கான புத்தகமும் இதில் அடக்கம். *'Love, Loss, and What We Ate'* மற்றும் குழந்தைகளுக்கான புத்தகமான *'Tomatoes for Neela'* ஆகியவை அதிக விற்பனையான *New York Times Bestseller* பட்டியலில் இடம்பிடித்தன.

2018ஆம் ஆண்டு நியூயார்க் டைம்ஸ் இதழில் பத்மா எழுதிய கட்டுரை ஒன்று மிகப் பெரிய அதிர்வலைகளை ஏற்படுத்தியது. அவருடைய பதினாறு வயதில் ஆண் நண்பரால் பாலியல்

வன்கொடுமைக்கு உள்ளானார். அந்தச் சம்பவத்தைப் பற்றி அப்போது அவர் யாரிடமும் சொல்லவில்லை. அது பாலியல் வன்முறைதான் என்பது அவருக்குப் புரியவே சில ஆண்டுகள் ஆகின.

அவருக்கு நடந்த இந்தக் கொடுமை முதல்முறையாக நடந்தது அல்ல. ஏழு வயதாக இருந்தபோது அவருடைய மாற்றாந்தந்தையின் உறவினர் ஒருவரால் பாலியல் துன்புறுத்தலுக்கு உள்ளானார். அந்தச் சம்பவத்தைப் பெற்றோரிடம் சொன்னபோது அவரை ஒரு வருடத்துக்கு இந்தியாவுக்கு அனுப்பி வைத்தனர். உண்மையைச் சொன்னால் ஒதுக்கிவைக்கப்படுவீர்கள் என்ற உண்மை அவருக்குப் புரிந்தது.

ட்ரம்ப் முதல்முறை அதிபராக இருந்தபோது உச்ச நீதிமன்றத் தலைமை நீதிபதியாக ப்ரெட் கவானாஃப் என்பவரை நியமித்தார். அவர் மீது இரண்டு பெண்கள் பாலியல் குற்றச்சாட்டுகளை முன்வைத்திருந்தனர். அந்தப் பெண்களுக்கு ஆதரவாகத்தான் பல வருடங்களுக்கு முன் தனக்கு நேர்ந்த பாலியல் துன்புறுத்தலை உலகறிய ஊடகங்களில் வெளிப்படுத்தினார் பத்மா லட்சுமி.

பத்மா அமெரிக்கத் தொலைக்காட்சிகளில் தொகுத்து வழங்கிய அத்தனை நிகழ்ச்சிகளும் பார்வையாளர்களிடம் பெரும் வரவேற்பைப் பெற்றன. சிறந்த நிகழ்ச்சித் தொகுப்பாளருக்காகப் பலமுறை எம்மி விருதுக்குப் பரிந்துரை செய்யப்பட்டார்.

தொண்ணூறுகளின் இறுதியில் சுதந்திர தேவி சிலைக்கருகே நடந்த ஒரு விழாவில் சல்மான் ருஷ்டியைச் சந்தித்தார். தனது முதல் புத்தகத்தை அப்போது எழுதி வெளியிட்டு இருந்த பத்மாவும் உலகப் புகழ் பெற்றுவிட்ட சல்மானும் நெருங்கிப் பழகத் தொடங்கினர். சல்மான் ருஷ்டியுடன் இணைந்து ஐந்தாண்டுகள் வாழ்ந்த பத்மா 2004ஆம் ஆண்டு அவரைத் திருமணம் செய்துகொண்டார். இந்து முறைப்படி கொண்டாட்டமாக நடந்த அந்தத் திருமணத்துக்கு ஆயுள் வெறும் மூன்றாண்டுகள். 2007ஆம் ஆண்டு கருத்து வேறுபாடு காரணமாக இருவரும் விவாகரத்து பெற்றனர்.

அவர் எழுதிய *Love, Loss and What we Ate* என்ற புத்தகம் வெளிவந்து பெரும் வரவேற்பைப் பெற்றது. சுவையான உணவு விஷமாக மாறியது என சல்மான் ருஷ்டியுடனான தனது திருமண

வாழ்க்கையைப் பற்றி இந்தப் புத்தகத்தில் விவரித்திருக்கிறார். எண்டோமெட்ரியோசிஸ் என தனக்கு இருந்த இந்த உடல்நலப் பாதிப்பால் ஏற்பட்ட வலிகள் மற்றும் ஹார்மோன் மாற்றங்களை சல்மான் ருஷ்டியால் புரிந்துகொள்ள முடியவில்லை என்றும் இதுவே அவர்களின் பிரிவுக்கு ஒரு முக்கியக் காரணமாக அமைந்தது என்றும் குறிப்பிட்டிருக்கிறார். எண்டோமெட்ரியோசிஸ் நோய் குறித்த கல்வி, விழிப்புணர்வு மற்றும் ஆராய்ச்சிக்காக *Endometriosis Foundation of America* என்ற நிறுவனத்தைத் தொடங்கினார்.

தமிழ், ஆங்கிலம், இந்தி, ஸ்பானிஷ், இத்தாலிய மொழிகளில் புலமை பெற்றவர் பத்மா. பல ஆங்கிலப் படங்களிலும் இந்தி படங்களிலும் நடித்துள்ளார்.

அமெரிக்கக் குடிமை உரிமைக் கழகத்தின் *(ACLU)* குடியேற்றம் மற்றும் பெண்கள் உரிமைகளுக்கான தூதராக பத்மா லட்சுமி பணியாற்றி வருகிறார். அமெரிக்காவுக்குப் புலம்பெயர்ந்தவர்கள் சந்திக்கும் இன்னல்கள் மற்றும் மனித உரிமை மீறல்களுக்கு எதிராகத் தொடர்ந்து குரல் கொடுத்து வருகிறார். *Keep a Child Alive* என்ற அமைப்பின் தூதராகவும் செயல்பட்டார் பத்மா லட்சுமி.

ஐக்கிய நாடுகள் சபையின் வளர்ச்சித் திட்டங்களின் நல்லெண்ணத் தூதராக 2019ஆம் ஆண்டு நியமிக்கப்பட்டார். கார்னகி அமைப்பு வழங்கும் அமெரிக்காவின் வளர்ச்சிக்குக் காரணமான சிறந்த புலம்பெயர்ந்தவர் விருதை 2022ஆம் ஆண்டு பெற்றார். 2023ஆம் ஆண்டு டைம்ஸ் இதழ் வெளியிட்ட உலகளவில் தாக்கத்தை ஏற்படுத்தும் நூறு பேர் பட்டியலில் பத்மாவின் பெயரும் இடம்பெற்றிருந்தது.

ஒரு மாடலுக்குப் பொருத்தமான கச்சிதத்தோடு இருந்த பத்மா உணவு தொடர்பாக எழுதியது அனைவரையும் ஈர்த்தது. மாடலிங் துறையில் இருப்பவர்கள் அப்படி என்னதான் சாப்பிடுகிறார்கள் என்ற குறுகுறுப்பே காரணம். சிலருக்கு இயல்பிலேயே அப்படியான உடல்வாகு வாய்த்துவிடும். சிலர் சாப்பிடுவதைக் குறைத்துக்கொள்வார்கள். உணவின் மீது காதல் கொண்ட பத்மா போன்றவர்களே உணவு, உடற்பயிற்சி எனச் சமநிலையைப் பேணுவர்.

ஆர். சீதாராமன்

உள்ளூர் வங்கியாக இருந்த தோஹா வங்கியை உலக அளவில் மிகப் பெரிய வங்கியாக மாற்றிய சாதனைக்குரியவர் ஆர். சீதாராமன். ஒருங்கிணைந்த தஞ்சாவூர் மாவட்டத்தில் பிறந்தவர். காவிரிக் கரையிலிருந்து கத்தாருக்குப் பயணம் செய்து இந்தியாவுக்கும் தமிழ்நாட்டிற்கும் பெருமை சேர்த்தவர்.

அப்பா ராகவன் இந்தி பண்டிட் என்றழைக்கப்பட்ட சமஸ்கிருதம் கற்றுத்தரும் ஆசிரியர். தமிழகத்தில் இந்தி எதிர்ப்புப் போராட்டம் உச்சத்திலிருந்த காலகட்டத்தில் அவருக்கு வேலை பறிபோனது. நான்கு குழந்தைகளை வளர்த்தாக வேண்டும். அவருடைய அம்மா, தத்தா, பாட்டி என அனைவரும் கிடைக்கிற வேலைகளைச் செய்து குடும்பப் பொறுப்புகளைக் கவனித்து வந்தனர்.

ஆரம்பக் கல்வியை அவருடைய கிராமத்திலேயே படித்தார். ஏழாம் வகுப்பை முடித்திருந்த நிலையில் மாயவரத்திலுள்ள புகழ்பெற்ற பள்ளியான திவான்பகதூர் தேசிய மேல்நிலைப் பள்ளியில் படிக்க வேண்டும் என விரும்பினார். அந்தப் பள்ளியில் பயின்றவர்கள் சிறந்த நிலையை அடைந்திருக்கிறார்கள் என்பது மிக முக்கியமான காரணமாக இருந்தது.

பொருளாதாரச் சூழலால் வீட்டிலிருந்து பத்து கிலோமீட்டர் தொலைவிலிருந்த அந்தப் பள்ளிக்குத் தினமும் பேருந்து கட்டணம் செலுத்திச் சென்றுவர முடியாது. இலவசமாகத் தங்கும் விடுதியில் சேர்ந்துவிட்டால் தோதாக இருக்கும் என நினைத்தார். பள்ளியின் தலைமை ஆசிரியரிடம் சென்று கேட்டார். இந்த வருடம்

சிறப்பாகப் படித்தால் அடுத்த மூன்று வருடங்களுக்கு இலவசமாகத் தங்கிப் படிக்க ஏற்பாடு செய்வதாக அவர் உறுதியளித்தார். அதைச் சவாலாக எடுத்துக்கொண்ட சீதாராமன் எட்டாம் வகுப்பில் ஆழ்ந்த கவனம் செலுத்திப் படித்தார்.

எட்டாம் வகுப்பு இறுதித் தேர்வெழுத வேண்டிய நாள் அது. பேருந்துக்காகக் காத்திருந்தார். நீண்ட நேரமாகியும் பேருந்து வருவதாக இல்லை. இப்படியே இருந்தால் சரிவராது என நினைத்து வீட்டுக்குச் சென்று மிதிவண்டியை எடுத்துக்கொண்டு பள்ளிக்கூடம் நோக்கி விரைந்தார். இரண்டு கிலோமீட்டர்தான் தாண்டியிருப்பார். மிதிவண்டியின் சக்கரத்தில் காற்று இல்லை. இன்னும் எட்டு கிலோமீட்டர் தூரத்தை எப்படிக் கடப்பது என ஒரே ஒரு நொடிதான் யோசித்தார். மிதிவண்டியை அப்படியே போட்டுவிட்டு ஓடத் தொடங்கினார். அரை மணி நேரம் தாமதமாகச் சென்று சேர்ந்தாலும் தேர்வை எழுதி முடித்தார். இலக்கைத் தீர்மானித்த பிறகு என்ன நடந்தாலும் அதை அடைவது என்று உறுதிகொண்டால் சாதனைகள் அனைத்தும் சாத்தியமாகும் என இந்த நிகழ்வை அடிக்கடி மேற்கோள் காட்டுகிறார் சீதாராமன்.

அவர் எதிர்பார்த்தது போலவே இலவசமாகத் தங்கிப் படிக்கும் வாய்ப்பும் கிடைத்தது. கல்வி மட்டும்தான் எந்த ஒரு தனி மனிதனையும் சமூகத்தையும் உயர்ந்த நிலைக்குக் கொண்டு செல்லும் என்பதில் இளம் வயதிலிருந்தே தீர்மானமாக இருந்தார்.

வருமானத்துக்காக வீட்டிலிருந்த அனைவரும் கஷ்டப்படுவதைப் பார்த்து தானும் படிக்கும்போதே ஏதேனும் வேலைக்குச் சென்றால் அவர்களுக்கு உதவியாக இருக்குமென நினைத்தார். வீடுகளில் செய்தித்தாள் வினியோகிக்கும் வேலைக்குச் சென்றார். எட்டாம் வகுப்பு படிக்கும்போதே ஒன்பது, பத்தாம் வகுப்பு மாணவர்களுக்கு டியூசன் வகுப்புகளை எடுத்தார். விளம்பரச் சுவரொட்டிகளை ஒட்டினார். நாடகங்களில் நடித்தார். உணவகங்களில் வேலை செய்தார். அதன் மூலம் வந்த வருவாயில் குடும்பத்தின் ஏழ்மையைச் சமாளிக்கச் சிறிதேனும் உதவ முடிந்தது. குடும்பத்துக்கும் சமூகத்துக்கும் தானும் ஒரு பங்களிப்பாளனாக இருக்க வேண்டும் என்ற எண்ணம் இளமையிலேயே உருப்பெற்றுவிட்டது.

சென்னைப் பல்கலைக்கழகத்தில் தங்கப் பதக்கத்தோடு இளங்கலைப் பட்டம் பெற்று, பட்டயக் கணக்காளர் தேர்வெழுதி வெற்றி

பெற்றார். 2002ஆம் ஆண்டு தோஹா வங்கியில் வேலைக்குச் சேர்வதற்கு முன்னர் ஓமனில் உள்ள மூன்று வங்கிகளின் உயர் பொறுப்புகளை வகித்தார். வங்கித்துறைக்கு வருவதற்கு முன்னர் பிரைஷ் வாட்டர் ஹவுஸ் அண்ட் அசோஷியேட்ஸ் என்ற கன்சல்டன்சி நிறுவனத்தில் வேலைக்குச் சேர்ந்தார்.

மேலாண்மையியல் பொருளாதார வல்லுநரான சீதாராமன் உலக அளவில் சிறந்த கல்வி நிறுவனங்களான வாஷிங்டன் கல்லூரி, ஐரோப்பியப் பல்கலைக்கழகம் போன்ற கல்வி நிறுவனங்களில் முனைவர் பட்டங்களைப் பெற்றுள்ளார். புகழ்பெற்ற வர்த்தக ஊடக நிறுவனங்களிலும் கருத்தரங்குகளிலும் பொருளாதாரம் மற்றும் வங்கித்துறை தொடர்பான கருத்துகளைத் தொடர்ந்து பேசிவருகிறார்.

1978ஆம் ஆண்டு தொடங்கப்பட்டது தோஹா வங்கி. தொடங்கியதி லிருந்து மிகச் சீராக அல்லது மிக மந்தமாகச் செயல்பட்டு வந்தது. சீதாராமன் தோஹா வங்கியில் இணைந்த பிறகு நிகழ்ந்த மாற்றங்கள் மத்திய கிழக்கு நாடுகளிலிருந்த வங்கிகளின் செயல்பாடுகளுக்கு முன்னுதாரணமாக இருந்தன.

தோஹா புரோக்கரேஜ் மற்றும் பைனான்சியல் சர்வீசஸ் நிறுவனத்தின் தலைவர் மற்றும் இயக்குநராக இருந்த சீதாராமன் 2007ஆம் ஆண்டு தோஹா வங்கியின் தலைமைச் செயலதிகாரியாகப் பொறுப்பேற்றார். ஐந்தே வருடங்களில் அந்த வங்கியின் பொருளாதாரச் செயல்பாடுகளும் சேவைகளும் தொழில்நுட்ப மாற்றங்களும் உலகத்தரமான வங்கியாக தோஹா வங்கியை மாற்றியிருந்தன.

நலிவடைந்திருந்த தோஹா வங்கியின் குறிக்கோள்களை மாற்றினார். உயரங்களுக்குச் செல்ல வேண்டிய திட்டங்களை வகுத்தார். இதைத்தான் செய்ய வேண்டும். இப்படித்தான் செய்ய வேண்டும் என்ற தெளிவான செயல் திட்டத்தோடு களமிறங்கினார். அதைச் செய்து முடிக்கத் தேவையான திறமையான குழு அவரிடம் இருந்தது. ஐந்தே ஆண்டுகளில் பங்குதாரர்களின் மதிப்பு நான்கு மடங்காக உயர்ந்தது. வங்கியின் சொத்து மதிப்பு நான்கு மடங்காகவும் நிகர வருவாய் ஏழு மடங்காகவும் ஏற்றம் கண்டது. பங்குதாரர்களுக்கு அதிக வருமானம் ஈட்டிக்கொடுத்ததை நிறுவனத்தின் நிதிநிலை அறிக்கை தெளிவாக எடுத்துக் காட்டியது.

உலக நாடுகளின் வர்த்தக நகரங்களில் கிளைகளைத் திறந்தார். மக்களுக்குத் தேவையான சேவைகளை மேம்படுத்தினார். இவை தோஹா வங்கியின் வளர்ச்சியை இன்னும் உயரத்திற்குக் கொண்டு சென்றன. மேற்காசிய நாடுகளில் முதல்முறையாக தோஹா வங்கி காப்பீட்டு நிறுவனத்தையும் தொடங்கியது. வளைகுடா நாடுகளின் வர்த்தகங்களுக்கு நுழைவாயிலாக தோஹா வங்கியை வளர்த்தெடுத்தார்.

பசுமை வங்கி *(Green Banking)* என்ற முறையை வங்கித்துறையில் அறிமுகப்படுத்தியவர் சீதாராமன். ஒரு பொறுப்புள்ள கார்ப்பரேட் நிறுவனத்தின் தலைவராகச் சுற்றுச்சூழலைப் பாதுகாப்பதில் வங்கிகள் மிக முக்கியப் பங்காற்ற வேண்டும் எனக் கருதினார். சுற்றுச்சூழலுக்கு உகந்த திட்டங்களை ஊக்குவித்தார். இத்தகைய திட்டங்கள் வணிகரீதியாக லாபம் ஈட்டக்கூடிய சாத்தியம் இருப்பதாக நினைத்தார். அத்தகைய திட்டங்களுக்கென நிலையான முதலீட்டு நிதியை தோஹா வங்கியில் உருவாக்கினார். அதன் மூலமாக நிலையான எரிசக்தித் திட்டங்களில் அதிக முதலீடுகள் செய்யப்பட்டன.

வறுமையை எண்ணிப் புலம்பிக்கொண்டிருப்பதோ சோர்ந்துபோய்க் கிடப்பதோ பைசா பிரயோஜனமில்லை என்ற தெளிவு அவருக்கு இளம் வயதிலிருந்தே இருந்தது. வறுமையை அவருக்குக் கிடைத்த வரமாக நினைத்தார். அதனால்தான் அவரால் நிறைய வாய்ப்புகளை உருவாக்கிக்கொள்ள முடிந்தது. அந்த வாய்ப்புகள்தான் அவரை மாறுபட்ட மனிதராக மாற்றிக்காட்டியது. சந்தர்ப்பங்களும் சவால்களும் வெற்றியின் வாசலுக்கு அவரைக் கைபிடித்து அழைத்துச் சென்றன.

நேரமும் இந்த உலகமும் அனைவருக்கும் பொதுவானதாக இருக்கும்போது வெற்றி மட்டும் எப்படி ஒரு சாராருக்கானதாக இருக்க முடியும் என்ற கேள்வியின் விடையாக அவருடைய வாழ்க்கையை மாற்றிக்கொண்டார். வெற்றிக்குக் குறுக்குவழிகள் என்று எதுவும் கிடையாது. கடின உழைப்பும் கல்வியும் மட்டும்தான் அவருக்கு அதனைப் பெற்றுத் தந்தன.

வறுமையின் காரணமாகப் பள்ளிக்கல்வியைப் பாதியிலேயே விட்டுவிட்டு வேலைக்குச் சென்ற சிறுவர்கள் எத்தனையோ பேர். மாறாக இந்த வறுமையின் சுவடு தனக்கோ வரும் தலைமுறைக்கோ

தெரியாதவாறு இருக்க வேண்டுமானால் பெரிய படிப்பைப் படிப்பதும் அது சார்ந்த பணிகளைச் செய்வதும்தான் பலன் தரும் என நினைத்தார். அதுபோலவே பட்டயக் கணக்காளர் படிப்பையும் முடித்தார். தொலைநோக்குப் பார்வை தீர்க்கமாக இருந்தது. இன்றைய சிக்கலுக்கான தீர்வோடு நாளைய வெற்றிக்கான பார்வையைக் கொண்டிருந்தார்.

மேற்காசிய நாடுகளின் நிறுவனங்களில் சிறந்த தலைமைச் செயலதிகாரியாக மூன்று முறை தேர்ந்தெடுக்கப்பட்டார். மத்திய கிழக்கு வங்கிகளின் கூட்டமைப்பு, வெளியுறவுத்துறை, இன்ஸ்டிட்யூட் ஆஃப் டைரக்டர்ஸ் ஆகிய அமைப்புகள் வழங்கிய வாழ்நாள் சாதனை விருதைப் பெற்றிருக்கிறார். உலக மனிதாபிமான இயக்கம் இந்த நூற்றாண்டின் சிறந்த தலைமைச் செயலதிகாரியாக 2019ஆம் ஆண்டு இவரைத் தேர்ந்தெடுத்தது. இவை தவிர உலகெங்கும் எண்ணற்ற அமைப்புகளின் விருதுகளை வாங்கிக் குவித்திருக்கிறார். வெளிநாடு வாழ் இந்தியர்களுக்கு இந்திய அரசால் வழங்கப்படும் மிக உயரிய விருதான பிரவாசி பாரதிய சம்மான் *(Pravasi Bharatiya Samman)* விருதை 2017ஆம் ஆண்டு பெற்றார்.

பதினைந்தாண்டுகளுக்கும் மேல் தோஹா வங்கியின் தலைமைச் செயலதிகாரியாக இருந்து 2022ஆம் ஆண்டில் பதவி விலகினார். நிலையான வளர்ச்சிக்கான பள்ளி என்ற தன்னார்வ தொண்டு நிறுவனத்தைத் தொடங்கி அதன் தலைவராகச் செயல்பட்டு வருகிறார். டில்லியில் உள்ள ஸ்ரீ சாரதா மேலாண்மைக் கல்வி நிறுவனத்தின் நிர்வாகக்குழு உறுப்பினராக இருக்கிறார். சுற்றுச்சூழல் பாதுகாப்புக்காகச் செயல்படும் *'Protect Our Planet'* இயக்கத்தின் உலகளாவிய நல்லெண்ணத் தூதராகவும் செயல்பட்டு வருகிறார்.

கலை மனம் கொண்டவர் சீதாராமன். அந்தக் கலை மனத்தால் வாழ்க்கையில் தாம் உச்சம் தொட்டிருப்பதாகச் சொல்கிறார். மனத்தை ஒருங்கமைக்கும் தன்மை கலைக்குத்தான் வாய்த்திருக்கிறது. வெற்றியை நோக்கி ஒரு மனிதனை உந்தித் தள்ளும் ஊன்றுகோலாகக் கலை இருக்கிறது என்பதற்கு சீதாராமன் இன்று அடைந்திருக்கும் நிலையும் ஒரு சாட்சியாக இருக்கிறது.

கே.ஆர். ஸ்ரீதர்

மனிதகுலத்தின் வளர்ச்சிக்கான ஆரம்பமாக இரண்டு கண்டுபிடிப்புகளை எல்லோரும் சொல்வதுண்டு. முதலில் நெருப்பு. இரண்டாவது சக்கரம். இந்த இரண்டோடு மூன்றாவது இடத்தில் இணைந்திருப்பது மின்சாரம். இன்றைய தொழில்நுட்ப உலகில் தவிர்க்க முடியாத சக்தியாக மின்சாரம் மாறியிருக்கிறது.

நீர், காற்று. சூரியசக்தி, அனல் மின் நிலையங்கள் வழியாக, அணு உலைகளின் வழியாக என இந்தத் துறை பரிமாண வளர்ச்சி பெற்றிருக்கிறது. இப்போது மின்சாரக் கட்டமைப்பைச் சாராத *(off - grid)* எரிபொருள் கலன்களில் *(Fuel Cells)* மின்சாரம் தயாரிக்கும் தொழில்நுட்பத்தில் அந்தத் துறை கவனம் செலுத்தத் தொடங்கியிருக்கிறது.

எங்கு மின்சாரம் தேவையோ அங்கேயே அது தயாரிக்கப்பட வேண்டும். அது எப்போதும் இயங்கக்கூடியதாகவும் நம்பத்தகுந்ததாகவும் இருக்க வேண்டும். அப்படியான மின்சாரத்தைத் தயாரிக்கக்கூடிய தொழில்நுட்பத்தில் முன்னணியில் இருக்கக்கூடிய நிறுவனம் 'புளூம் எனர்ஜி'. அதனுடைய இணை நிறுவனர் தமிழ்நாட்டைச் சேர்ந்த கே. ஆர். ஸ்ரீதர். 2001ஆம் ஆண்டு அயன் அமெரிக்கா *(Ion America)* எனத் தொடங்கப்பட்ட அவருடைய நிறுவனம் ஐந்தாண்டுகளில் புளூம் எனர்ஜி எனப் பெயர் மாற்றம் பெற்றது.

ஹைட்ரஜன் எரிபொருள் கலத்தை *(Hydrogen fuel cell)* புளூம் நிறுவனத்தின் இணை நிறுவனர் மெக் எல்ராய் 1960களில் நாசாவின் ஜெமினி திட்டத்தின் ஒரு பகுதியாக முதன்முதலில் உருவாக்கினார். எண்பதுகளின் தொடக்கத்தில் நீர் மூலக்கூறுகளைப் பிரிப்பதன் மூலமாக ஹைட்ரஜன் மற்றும் ஆக்சிஜனை உருவாக்கும் மின்பகுப்பு *(Electrolyzer)* தொழில்நுட்பத்தை புளூம் நிறுவனத்தின் நிறுவனர்கள் தொடங்கினர்.

விண்வெளி நிலையங்களுக்கான மின்பகுப்பான்களையும் விண்வெளிப் பயணங்களுக்கான உயிர்காக்கும் அமைப்புகளையும் புளூம் நிறுவனம் வடிவமைக்கத் தொடங்கியது. தொண்ணூறுகளின் ஆரம்பத்தில் மின்பகுப்பு தொழில் நுட்பம் குறித்த ஆராய்ச்சிகளை ஸ்ரீதர் விரிவுபடுத்தினார்.

மீள் திறன் கொண்ட, நிலையான மின்சாரம் கிடைப்பது இந்தக் காலத்தில் சவாலாக இருக்கிறது. எந்த சமரசமும் இல்லாமல் வணிக நிறுவனங்கள் தங்களுக்குத் தேவையான மின்சாரத்தைப் பெற அவர்களாகவே அதனை வடிவமைத்துக்கொள்ள வேண்டிய கட்டாயத்தில் இருக்கிறார்கள். அவர்களுக்கு புளூம் எனர்ஜி நிறுவனம் தொடர்ந்து வழிகாட்டுகிறது.

திட ஆக்சைடு எரிபொருள் கலன் தொழில்நுட்பத்தோடு புளூம் பாக்ஸ் எனப்படும் புளூம் எனர்ஜி சர்வர் மூலமாக மின் உற்பத்தித் துறையில் பெரிய புரட்சியை ஏற்படுத்தியிருக்கிறார் ஸ்ரீதர். சிறிய செங்கல் போன்ற பீங்கான் தட்டுகளில் ஒரு பக்கம் காற்றும் மறுபக்கம் எரிபொருளும் செலுத்தப்படும்போது மின்சாரம் உற்பத்தியாகிறது. ஒரு பெரிய வீட்டுக்குத் தேவையான மின்சாரத்தைப் பெற இதுபோதும். பல தட்டுகள் ஒன்றாக அடுக்கிவைக்கப்பட்ட புளூம் பாக்ஸ்களே பெரிய நிறுவனங்களுக்குத் தேவையான மின்சாரத்தைத் தருகின்றன.

ஆப்பிள், கூகுள், அமேசான், ஈபே, வால்மார்ட், பேங் ஆஃப் அமெரிக்கா உள்ளிட்ட மிகப் பெரிய நிறுவனங்கள் தங்களுக்கான மின்சாரத்தை புளூம் எனர்ஜியின் தொழில்நுட்பத்தைப் பயன்படுத்தியே பெறுகின்றனர்.

செயற்கை நுண்ணறிவுத் தொழில் நுட்பம் இயங்கத் தேவையான தரவு மையங்களின் எரிசக்தி தேவைகளை புளூம் எனர்ஜி

நிறுவனம் பூர்த்தி செய்யும் என்ற நம்பிக்கை சந்தையில் மிகப் பெரிய மதிப்பைப் பெற்றுத் தந்திருக்கிறது அந்த நிறுவனத்துக்கு.

புளூம் எனர்ஜி நிறுவனத்தின் தலைவராகவும் தலைமைச் செயலதிகாரியாகவும் தற்போது பணியாற்றி வரும் ஸ்ரீதர் திருச்சி என்ஐடியில் இயந்திரவியல் பொறியியல் பட்டம் பெற்றவர். இல்லினாய்ஸ் பல்கலைக்கழகத்தில் அணுக்கரு பொறியியலில் *(Nuclear Engineering)* முதுகலைப் பட்டமும் இயந்திரவியல் பொறியியலில் முனைவர் பட்டமும் பெற்றிருக்கிறார்.

ஸ்ரீதர் எரிசக்தித் துறையைத் தேர்ந்தெடுக்கக் காரணமிருந்தது. இந்தியாவின் பொருளாதாரத்தில் பெரும் பகுதி வெளிநாடுகளில் இருந்து இறக்குமதி செய்யப்படும் பெட்ரோலிய எண்ணெய்க்காகச் செலவிடப்பட்டது. அது நாட்டின் வளர்ச்சியைப் பாதிப்பதை உணர்ந்தார். ஒரு நாடு முன்னேற்றமடைய அது சுயசார்புள்ளதாக மாற வேண்டும். இறக்குமதி சுமையைக் குறைக்க வேண்டும். அதற்கான தீர்வுதான் அவருடைய நிறுவனம் தற்போது பயன்படுத்தும் தொழில்நுட்பம்.

புளூம் எனர்ஜி நிறுவனத்தைத் தொடங்கும் முன்னர் அரிசோனா பல்கலைக்கழகத்தில் விண்வெளி தொழில்நுட்ப ஆய்வகத்தின் இயக்குநராக இருந்தார். விண்வெளி மற்றும் இயந்திரப் பொறியியல் துறையின் பேராசிரியராகவும் பணியாற்றினார்.

அவருடைய தலைமையின் கீழ் செவ்வாய் கிரக ஆய்வுகளை மேற்கொள்ளவும் விண்வெளிப் பயணங்களை மேற்கொள்ளவும் பல ஒப்பந்தங்களைப் பெற்றது விண்வெளி தொழில்நுட்ப ஆய்வகம். நாசாவுக்கு ஆலோசகராகப் பணியாற்றி வந்த ஸ்ரீதர் தொழில்துறை, கல்வித்துறை மற்றும் தேசிய ஆய்வகங்களின் கூட்டமைப்புகளை வழிநடத்தியிருக்கிறார்.

செவ்வாய் கிரகத்தில் இருக்கும் வளிமண்டல வாயுக்களை உயிர் காக்கும் ஆக்சிஜனாக மாற்றுவதற்கான அவருடைய நாசா திட்டப்பணிகள் பாராட்டுகளைப் பெற்றன. இதைப் பாராட்டி ஃபார்ச்சூன் இதழ் எதிர்காலச் சிந்தனையாளர்களில் ஒருவராக ஸ்ரீதரை அங்கீகரித்தது. டாக்டர் ஸ்ரீதர் மேற்கொண்ட இந்த ஆய்வுதான் *MOXIE (Mars Oxygen In-Situ Resource Utilization Experiment)* போன்ற பிற்காலத் திட்டங்களுக்கு அடித்தளமாக அமைந்தது.

இது செவ்வாய் கிரகத்தில் உள்ள கார்பன்-டை-ஆக்சைடை ஆக்சிஜனாக மாற்றும் தொழில்நுட்பம்.

C3.ai நிறுவனத்தின் இயக்குநர்கள் குழுவிலும் கால்டெக் *(Caltech)* பல்கலைக்கழகத்தின் ரெஸ்னிக் நிலைத்தன்மை நிறுவனத்தின் *(Resnick Sustainability Institute)* ஆலோசனைக் குழுவிலும் இல்லினாய்ஸ் பல்கலைக்கழகத்தின் கிரெய்ஞ்சர் பொறியியல் கல்லூரியின் பார்வையாளர்கள் குழுவிலும் உறுப்பினராகப் பணியாற்றி வருகிறார் ஸ்ரீதர். சிலிக்கான் வேலியில் செயல்பட்டுவரும் முன்னணி மூலதன நிறுவனங்களில் சிறப்பு ஆலோசகராகவும் செயல்பட்டு வருகிறார்.

பசுமைத் தொழில்நுட்பத்தின் முன்னோடியான ஸ்ரீதர் அது தொடர்பான பல்வேறு ஆலோசனைக் குழுக்களில் பங்கு பெற்றிருக்கிறார். ஏராளமான ஆய்வுக்கட்டுரைகளையும் காப்புரிமைகளையும் பெற்றிருக்கிறார். அமெரிக்கா மற்றும் இந்தியாவின் தேசிய பொறியியல் நிறுவனங்களில் உறுப்பினராக இருக்கிறார்.

தன்னுடைய நிறுவனத்தை இன்றைய நிலைக்குக் கொண்டுவர நீண்ட பயணம் மேற்கொள்ள வேண்டியிருந்தது ஸ்ரீதருக்கு. வணிக ரீதியிலான முதல் எரிபொருள் கலன்களை உருவாக்க அவருக்கு ஏழாண்டுகள் ஆகின. அவற்றின் விலையைக் குறைக்கவும் செயல்திறனை மேம்படுத்தவும் மேலும் பத்தாண்டுகள் தேவைப்பட்டன.

பல ஆண்டுகளாக புளூம் எனர்ஜி நிறுவனம் சிலிக்கான் வேலியின் ஒரு யுனிகார்ன் நிறுவனமாக அறியப்பட்டிருந்தது. 2012ஆம் ஆண்டு புளூம் எனர்ஜி நிறுவனத்தோடு இணைந்து செயல்பட்டு வந்த ஒரு முதலீட்டு வங்கியை முறைகேடு குற்றத்துக்காக அமெரிக்கப் பங்குச் சந்தை ஆணையம் விசாரித்தது. ஆனால் புளூம் எனர்ஜி நிறுவனத்தின் மீது எந்தக் குற்றச்சாட்டும் அப்போது முன்வைக்கப்படவில்லை.

2018ஆம் ஆண்டு புளூம் எனர்ஜி நிறுவனம் அமெரிக்கப் பங்குச் சந்தையில் பட்டியலிடப்பட்டது. இரண்டாண்டுகளில் அதனுடைய பங்குகளின் மதிப்பு ஐம்பது சதவிகிதம் குறைந்தது. முதலீட்டாளர்கள் குரல் உயர்த்த ஆரம்பித்தனர். முதலீடுகள்

எல்லாம் ஆரம்ப கால கட்டமைப்புகளை உருவாக்கக் கரைந்தன. நினைத்தபடி எல்லாம் விற்பனை விண்ணுயரவில்லை. புளூம் எனர்ஜி நிறுவனத்தின் வளர்ச்சி செயற்கை நுண்ணறிவுத் துறை வேகமெடுத்தபோதுதான் தொடங்கியது. முக்கியமாக சாட்ஜிபிடி அறிமுகமாகத் தொடங்கியதிலிருந்து எனச் சொல்லலாம்.

2024ஆம் ஆண்டில் ஐந்நூறு மடங்காக விலை உயர்ந்திருக்கிறது புளூம் எனர்ஜி நிறுவனத்தின் பங்குகளின் விலை. 2025 அக்டோபர் மாதம் ஐரோப்பாவைச் சேர்ந்த புரூக்ஃபீல்ட் நிறுவனம் ஐந்து பில்லியன் டாலர்கள் மதிப்பிலான ஒப்பந்தத்தை புளூம் எனர்ஜி நிறுவனத்தோடு மேற்கொண்டது. இந்தச் செய்தியால் மட்டும் புளூம் எனர்ஜியின் பங்குகள் இருபத்தேழு சதவிகிதம் உயர்ந்தது. மொத்தம் 28 பில்லியன் சந்தை மதிப்புகொண்ட பெரிய நிறுவனமாக இப்போது மாறியிருக்கிறது.

செயற்கை நுண்ணறிவு என்ற வசீகரத்தைப் பயன்படுத்தியே புளூம் எனர்ஜி நிறுவனம் ஊதிப் பெரிதாக்கப்பட்டிருக்கிறது எனப் பல ஊடகங்களும் தொடர்ந்து விமர்சனங்களை எழுதிவருகின்றன. இந்தச் சோதனைகளை எல்லாம் தாண்டினால்தானே சாதனை. நமக்குத் தெரிந்த இந்த எளிய உண்மை ஸ்ரீதருக்குத் தெரியாதா என்ன?

ரகுராம் ராஜன்

உலகப் புகழ்பெற்ற இந்தியப் பொருளாதார அறிஞர்களில் மிக முக்கியமானவர் ரகுராம் ராஜன். இந்தியாவின் நிதித்துறையில் பல மாற்றங்களைக் கொண்டுவந்தவர். சர்வதேச நிதி ஆணையத்தின் தலைமைப் பொருளாதார நிபுணராகவும் ஆராய்ச்சி இயக்குநராகவும் இளம் வயதிலேயே பணியாற்றியவர். 2008ஆம் ஆண்டு நிகழ்ந்த உலகப் பொருளாதார வீழ்ச்சியை மூன்றாண்டுகளுக்கு முன்னரே தமது ஆய்வுகளின் அடிப்படையில் கணித்துச் சொன்னார். உலக நாடுகளையும் அமெரிக்காவையும் இதுகுறித்து எச்சரிக்கை செய்தார்.

1963ஆம் ஆண்டு மத்தியப்பிரதேசத் தலைநகர் போபாலில் தமிழ்க் குடும்பத்தில் பிறந்தார். இந்திய உளவுத்துறையில் பல முக்கியப் பொறுப்புகளை வகித்தவர் அவருடைய தந்தை கோவிந்தராஜன். ஐ.பி.எஸ் அதிகாரியாகப் பணியாற்றிய அனுபவம் மிக்கவர். அப்பா உலக நாடுகளைக் கண்காணித்துக்கொண்டிருக்க அம்மா மைதிலியின் கவனிப்பில் வளர்ந்தார். அப்பாவின் பணி நிமித்தமாக இளம் வயதிலேயே பல்வேறு நாடுகளுக்குப் பயணம் செய்ய வேண்டிய சூழல் உருவானது.

வெளிநாட்டுப் பணிகளிலிருந்து விலகி 1974ஆம் ஆண்டு குடும்பத்துடன் இந்தியா திரும்பியது அவருடைய குடும்பம். 1981ஆம் ஆண்டு டெல்லி பப்ளிக் ஸ்கூலில் தன்னுடைய பள்ளிப் படிப்பை

நிறைவு செய்தார். ஸ்டீபன்ஸ் கல்லூரியில் பொருளாதாரம் பயில வேண்டுமென்பது அவருடைய கனவாக இருந்தது அவருடைய அம்மாவுக்குக் கலக்கத்தை ஏற்படுத்தியது. அரசியலை நோக்கி அவர் போய்விடுவாரோ என்ற பயம்தான் காரணம்.

அம்மாவின் விருப்பப்படி டெல்லி ஐஐடியில் எலக்ட்ரிக்கல் இஞ்ஜினீயரிங் படிப்பில் சேர்ந்தார். அங்கு மாணவர் சங்கத்தின் செயலாளராகத் தேர்ந்தெடுக்கப்பட்டார். இந்திரா காந்தியின் படுகொலைக்குப் பின்பு நடத்தப்பட்ட சீக்கியர்களுக்கு எதிரான கலவரத்தில் பாதிக்கப்பட்ட சீக்கியர்களுக்கு அடைக்கலம் கொடுத்தார். தங்கப் பதக்கத்தோடு பொறியியல் கல்வியை நிறைவு செய்து அகமதாபாத் ஐஐஎம் கல்லூரியில் வணிக மேலாண்மையிலும் தங்கப் பதக்கத்தோடு முதுகலைப் பட்டம் பெற்றார்.

கல்லூரிப் படிப்பை முடித்த பிறகு டாடா அட்மினிஸ்ட்ரேட்டிவ் சர்வீஸ் நிறுவனத்தில் பயிற்சியாளராக இணைந்தார். பின்னர் அமெரிக்காவின் மசாசூசெட்ஸ் பல்கலைக்கழகத்தில் ஆராய்ச்சிப் படிப்பில் சேர்ந்தார். சிகாகோ பல்கலைக்கழகத்தில் துணைப் பேராசிரியராகப் பணிக்குச் சேர்ந்து முழு நேரப் பேராசிரியரானார். ஸ்டாக்ஹோம் பொருளாதாரக் கல்லூரி, கெல்லாக் மேலாண்மைக் கல்லூரி, இந்தியன் ஸ்கூல் ஆஃப் பிசினஸ் ஆகிய கல்லூரிகளில் பொருளாதாரத் துறையில் கௌரவ விரிவுரையாளராகவும் பாடமெடுத்தார்.

பொருளாதாரம் குறித்த அவருடைய அறிவும் தொடர்ந்த ஆராய்ச்சிகளும் அவருக்கு உலகப் பொருளாதார அறிஞர்களின் பட்டியலில் தவிர்க்க முடியாத இடத்தைப் பெற்றுத் தந்தன. தொண்ணூறுகளின் தொடக்கத்தில் இந்தியா சர்வதேசச் சந்தைக்குத் தன் வாசலைத் திறந்துவிட்டபோது பொருளாதாரம் தவிர்க்க முடியாத துறையாக மாறியது. பொருளாதாரம் சார்ந்த படிப்புகளை மாணவர்கள் தேர்ந்தெடுக்கப் பொருளாதார நிபுணர்கள் முன்னுதாரணங்களாக இருந்தனர். அவர்களுள் ரகுராம் ராஜன் முக்கியமானவராக இருந்தார்.

சிகாகோ பல்கலைக்கழகத்தின் சக பேராசிரியரான லூயி ஜிங்கேல்சுடன் இணைந்து பல்வேறு ஆய்வுகளை மேற்கொண்டார். இருவரும் இணைந்து எழுதிய *Saving Capitalism from the Capitalists*

என்ற புத்தகம் 2003ஆம் ஆண்டு வெளியாகிப் பெரும் வரவேற்பைப் பெற்றது. புத்தகத்தின் தலைப்பு சொல்லும் செய்தி போலவே, முதலாளிகளிடமிருந்து முதலாளித்துவத்தைக் காப்பாற்றுவது குறித்த விவாதங்களைக் கிளப்பியது அந்தப் புத்தகம்.

தனது நாற்பதாவது வயதில் சர்வதேச நாணய நிதியத்தின் (IMF) தலைமைப் பொருளாதார நிபுணராக நியமிக்கப்பட்டார். உலக வங்கியின் செயல்பாடுகள் விமர்சனத்துக்கு உள்ளானபோது அதனுடைய தலைமைப் பொருளாதார ஆலோசகராகப் பதவியேற்றார். பொருளாதாரத்தில் நலிவடைந்த நாடுகளுக்கு உதவ ஆலோசனைக் குழு ஒன்றை நியமித்தார். உலகப் பொருளாதாரத்துக்குப் பல நாடுகளின் பங்களிப்புகள் குறித்து ஆய்வுகளை மேற்கொண்டார். இரண்டாவது முறையும் அந்தப் பொறுப்பை ஏற்க வாய்ப்பு வந்தபோது அவரால் அதை ஏற்க முடியவில்லை. சிகாகோ பல்கலைக்கழகத்தின் விடுப்பு நீட்டிக்கப்படாததே இதற்குக் காரணமாக இருந்தது.

உலக வங்கியில் அவர் ஏற்படுத்திய மாற்றங்களால் ஈர்க்கப்பட்ட காங்கிரஸ் அரசு அவருடைய உதவியை நாடியது. 2008ஆம் ஆண்டு காங்கிரஸ் ஆட்சிக் காலத்தில் திட்டக் கமிஷன் துணைத் தலைவராக இருந்தவர் மாண்டேக் சிங் அலுவாலியா. இந்தியாவில் மேற்கொள்ளப்படும் நிதி சீர்திருத்தங்களை ஆய்வு செய்து ஆலோசனை வழங்க அவருடைய தலைமையில் குழுவொன்று நியமிக்கப்பட்டது.

ஆய்வுகளின் முடிவில் 'A Hundred Small Steps' என்ற தலைப்பில் ஓர் அறிக்கையைச் சமர்ப்பித்தது அந்தக் குழு. செயல்படுத்த இயன்ற நடைமுறைக்கு ஏற்றதாக இருந்தது அந்த அறிக்கை. அவருக்கு பிரதமரின் கௌரவப் பொருளாதார ஆலோசகர் என்ற பதவியும் தேடி வந்தது. அப்போது பிரதமராக இருந்தவர் மற்றுமொரு தலைசிறந்த பொருளாதார அறிஞரான மன்மோகன் சிங். இருவருமே உலக வங்கியில் பணியாற்றிய அனுபவம் மிக்கவர்கள்.

2012ஆம் ஆண்டு இந்திய நிதியமைச்சகத்தின் தலைமைப் பொருளாதார ஆலோசகராக நியமனம் செய்யப்பட்டார். ஓராண்டு அந்தப் பதவியிலிருந்தவர் இந்திய ரிசர்வ் வங்கியின் இருபத்து மூன்றாவது ஆளுநராக 2013ஆம் ஆண்டு பதவியேற்றார். இந்திய

ரூபாயின் மதிப்பு சரிந்திருந்த நேரம் அது. பண வீக்கத்தைக் கட்டுப்படுத்தவும் அந்நியச் செலாவணிக் கையிருப்பை அதிகப்படுத்தவும் முக்கியமான நடவடிக்கைகளை மேற்கொண்டார்.

தன்னாட்சி அமைப்பான ரிசர்வ் வங்கியின் செயல்பாடுகளில் அதுவரை அரசியல் அழுத்தம் இருந்ததைத் தவிர்க்க முடியவில்லை. ரகுராம் ராஜன் பதவியேற்றதும் அதனை மாற்ற நினைத்தார். நாட்டின் பணவீக்கத்தைத் துல்லியமாக அளவிடும் நடவடிக்கைகளை முன்னெடுத்தார்.

வாராக்கடன் விவகாரங்களில் வங்கிகளிடம் கடுமை காட்டினார். வங்கிகளை ஏமாற்றுவதையே குறிக்கோளாகக்கொண்டு செயல்பட்ட தொழிலதிபர்களுக்கு எதிரான நடவடிக்கைகள் துரிதப்படுத்தப்பட்டன. நிதித் தணிக்கைகளில் முறைகேடு செய்தவர்கள் மீதும் நடவடிக்கைகள் எடுக்கப்பட்டன.

ஆள்வது காங்கிரசாக இருந்தாலும் பாஜகவாக இருந்தாலும் உள்ளதை உள்ளபடி வெளிப்படையாகப் பேசுபவராக இருந்தார். சகிப்புத் தன்மை இல்லாத பாஜகவால் அதனைப் பொறுத்துக்கொள்ளவே முடியவில்லை. மேக் இன் இந்தியா திட்டத்தை மோடி அறிவித்தபோது பாஜக ஆதரவாளர்கள் புல்லரித்துப் போனார்கள். விஷயம் தெரிந்த ரகுராம் ராஜன் மட்டும்தான், ‘இந்தியத் தொழில் சூழலை மேம்படுத்தாமல் கவர்ச்சியான திட்டங்களை அறிவிப்பதால் ஒரு பயனும் நிகழப்போவதில்லை’ என உண்மையைப் பேசினார்.

வலிமையான அரசாங்கம் பாசிசத்தை நோக்கித்தான் செல்லும் என அவர் பேசியது மோடி அரசின் மீதான விமர்சனமாகவே பார்க்கப்பட்டது. அரசாங்கத்தின் கொள்கைகளை வெளிப்படையாக விமர்சித்ததால் அவர் மீது அரசியல் விமர்சனங்கள் எழுந்தன. பொறுத்துப் பார்த்த பாஜக தன்னுடைய கடைசி ஆயுதமான சுப்ரமணிய சாமியைக் களமிறக்கியது. ரகுராம் ராஜன் மீது அடுக்கடுக்கான புகார்கள் சொல்லப்பட்டன. அவரைப் பதவியிலிருந்து நீக்க வேண்டுமென்பதற்கு அவருடைய குடியுரிமை மீதான விமர்சனங்களும் முன்வைக்கப்பட்டன.

அவர் ஓர் அதிகாரியாக மட்டுமில்லாமல் அரசியல் கருத்துகளையும் தொடர்ந்து சொல்லி வந்தது பாஜகவின் தலைமையகமான

ஆர்எஸ்எஸ் அமைப்பாலும் ரசிக்கப்படவில்லை. 2016ஆம் ஆண்டு ரிசர்வ் வங்கியின் தலைமைப் பதவியிலிருந்து விலகி மீண்டும் சிகாகோ பல்கலைக்கழகத்திற்கே செல்லும் முடிவை எடுத்தார் ரகுராம் ராஜன். நாட்டுக்குத் தேவையென்றால் எப்போது வேண்டுமானாலும் உதவத் தயார் எனச் சொல்லிவிட்டு அமெரிக்காவுக்குப் புறப்பட்டார்.

அவர் எழுதிய *'Fault Lines'* புத்தகம் 2010ஆம் ஆண்டிற்கான சிறந்த வணிகப் புத்தகத்திற்கான *'Financial Times-Goldman Sachs prize'* விருதைப் பெற்றது. 2008ஆம் ஆண்டு நிகழ்ந்த பொருளாதார வீழ்ச்சி குறித்த காரணங்களை விரிவாக அலசி ஆராய்ந்த புத்தகம் இது.

'The Third Pillar' என்ற புத்தகம் 2019ஆம் ஆண்டிற்கான *Financial Times/McKinsey* விருதைப் பெற்றது

I Do What I Do, Breaking the Mould ஆகிய புத்தகங்களையும் எழுதியிருக்கிறார். அவருடைய புத்தகங்கள் தரவுகளை அடிப்படையாக வைத்து சாதாரண மக்களின் வாழ்க்கைத் தரத்தை உயர்த்தும் வழிமுறைகளை எடுத்துச் சொல்பவை. அவருடைய சமீபத்திய புத்தகமான *Breaking The Mould* இந்தியா ஏன் சேவைத்துறையிலும் மனித வள மேம்பாட்டிலும் அதிக கவனம் செலுத்த வேண்டும் என்பதை விரிவாகப் பேசுகிறது.

நாற்பது வயதுக்குட்பட்டோருக்கான பொருளாதார அறிஞர்களுக்கு அமெரிக்க நிதி கூட்டமைப்பால் வழங்கப்படும் *Fischer Black Prize* என்ற விருதை 2003ஆம் ஆண்டு பெற்றார். அந்த அமைப்பின் தலைவராக 2011ஆம் ஆண்டு தேர்ந்தெடுக்கப்பட்டார். பொருளாதார அறிவியல் பிரிவில் இன்ஃபோசிஸ் பரிசை 2012ஆம் ஆண்டு பெற்றார். யூரோமணி, பேங்கர் இதழ் வழங்கிய சிறந்த வங்கி ஆளுநருக்கான விருதுகளை 2014 மற்றும் 2016ஆம் ஆண்டுகளில் பெற்றார். 2016-ல் உலகின் செல்வாக்கு மிக்க 100 நபர்களில் ஒருவராக டைம்ஸ் நிறுவனத்தால் தேர்ந்தெடுக்கப்பட்டார்.

சிகாகோ பல்கலைக்கழகத்தின் வணிகப்பள்ளியில் நிதித்துறைப் பேராசிரியராகத் தற்போது பணியாற்றுகிறார். *Group of Thirty* அமைப்பின் தலைவராகச் செயல்பட்டு வருகிறார். அமெரிக்காவில் இருந்தாலும் இந்தியப் பொருளாதாரம் குறித்த தன்னுடைய விமர்சனங்களைத் தொடர்ந்து வெளிப்படுத்தி வருகிறார். அதிகாரப்

பரவலாக்கம் குறித்தும் இந்தியக் கல்வி முறை மற்றும் திறன் மேம்பாட்டுச் செயல்பாடுகளை மிகத் தீவிரமாக மறுபரிசீலனை செய்வது குறித்தும் வலியுறுத்தி வருகிறார்.

தமிழக முதலமைச்சருக்கான பொருளாதார ஆலோசனைக்குழுவின் உறுப்பினராக மாநில அரசின் பொருளாதாரத் திட்டங்களுக்கு வழிகாட்டி வருகிறார். இந்தியப் பொருளாதாரம் சிக்கலைச் சந்திக்கும்போதெல்லாம் அதுகுறித்து இவர் என்ன சொல்லியிருக்கிறார் என உலகத்தையே தேட வைக்கும் தமிழராக இருந்து வருகிறார் ரகுராம் ராஜன்.

விஜய் கோவிந்தராஜன்

1972ஆம் ஆண்டு பட்டயக் கணக்காளர் தேர்வில் தேசிய அளவில் தமிழர் ஒருவர் முதலிடம் பெற்றார். அதற்காகக் குடியரசுத் தலைவரிடம் தங்கப் பதக்கமும் பெற்றார். அவருடைய பெயர் விஜய் கோவிந்தராஜன். பத்தாயிரத்துக்கும் அதிகமானோர் அந்தத் தேர்வில் பங்கேற்றிருந்தனர். ஃபார்ச்சூன் பட்டியலில் இருக்கும் ஐந்நூறு நிறுவனங்களில் நாற்பது சதவிகித நிறுவனங்களுக்கு ஆலோசகராக இருக்கிறார் விஜய் கோவிந்தராஜன். பெரிய நிறுவனங்கள் சந்திக்கும் சிக்கல்களுக்குத் தீர்வுகளைத் தரும் மேனெஜ்மென்ட் குரு என இவரை அடையாளப்படுத்துகின்றனர்.

அரசு உதவி பெறும் பள்ளியில் பள்ளிப்படிப்பை முடித்தார். 1969ஆம் ஆண்டு அண்ணாமலைப் பல்கலைக்கழகத்தில் வணிகவியலில் இளங்கலை பயின்றார். பட்டயக்கணக்காளராகச் சிறந்த முறையில் தேர்வுபெற்றதன் அடிப்படையில் கிடைத்த உதவித்தொகையைக் கொண்டு ஹார்வர்ட் பல்கலைக்கழகத்தில் வணிக மேலாண்மை பயின்றார். அங்கேயே முனைவர் பட்டமும் சிறந்த ஆய்வுக்காக ராபர்ட் போன் பரிசையும் பெற்றார்.

அகமதாபாத் ஐஐஎம் கல்லூரியில் நிதி மற்றும் கட்டுப்பாட்டுப் பிரிவின் இணைப் பேராசிரியராகப் பணியில் சேர்ந்தார். ஹார்வர்ட் பல்கலைக்கழகத்தின் கௌரவப் பேராசிரியராக வணிக

மேலாண்மைத் துறை மாணவர்களுக்குப் பாடம் நடத்தினார். ஓஹியோ மாநிலப் பல்கலைக்கழகத்திலும் பேராசிரியராகப் பணியாற்றினார்.

1985ஆம் ஆண்டிலிருந்து டார்ட்மவுத் பல்கலைக்கழகத்தின் காக்ஸ் சிறப்புப் பேராசிரியராகப் பணியாற்றி வருகிறார். காக்ஸ் என்பது அந்தப் பல்கலைக்கழகப் பேராசிரியர்களுக்கு வழங்கப்படும் உயரிய கௌரவப் பதவி. உலகளாவிய தலைமைத்துவம் என்னும் திட்டத்தின் இயக்குநராகவும் செயல்பட்டு வருகிறார்.

ஜெனரல் எலக்ட்ரிக் நிறுவனத்தின் முதன்மை புத்தாக்க ஆலோசகராக அந்த நிறுவனத்தின் தலைமைச் செயலதிகாரி ஜெஃப் இம்லெட்டுடன் இணைந்து பணியாற்றினார். அந்த நிறுவனத்தின் உயர்மட்ட மேலாண்மைக் குழுக்களோடு இணைந்து புதிய பல ஆக்கபூர்வமான திட்டங்களை மேம்படுத்தும் பணிகளைச் செய்தார். விஜய் கோவிந்தராஜன் மேற்கொள்ளும் ஆய்வுகள் அனைத்தும் மக்கள் நாள்தோறும் சந்திக்கும் பிரச்னைகளை அடிப்படையாகக் கொண்டவை.

பொதுவாக புதிய தொழில் நுட்பங்கள் அமெரிக்காவிலும் ஐரோப்பாவிலும் உள்ள வளர்ந்த நாடுகளில் கண்டுபிடிக்கப்பட்டு வளரும் நாடுகளுக்கு அறிமுகப்படுத்தப்படும். விஜய் கோவிந்தராஜன் சக பேராசிரியரான கிரிஷ் ட்ரிம்பெல்லுடன் இணைந்து ரிவர்ஸ் இன்னோவேசன் என்ற புதிய கோட்பாட்டை அறிமுகப்படுத்தினார். அதன்படி வளரும் நாடுகளில் கண்டுபிடிப்பை ஊக்குவித்து அதை வளர்ந்த நாடுகளுக்கு அறிமுகம் செய்யும் யோசனையை முன்வைத்தனர். உள்ளூர் சந்தையின் தேவைகளைப் புரிந்துகொண்டு அங்கிருக்கும் வளங்களைப் பயன்படுத்திப் புதிய தீர்வை உருவாக்க வேண்டும். அந்தச் சந்தையில் அந்தத் தீர்வை பரிசோதித்து அதையொத்த பொருளாதார நாடுகளில் விரிவுபடுத்த வேண்டும். இறுதியாக வளர்ந்த நாடுகளுக்கு அந்தத் தயாரிப்பைக் கொண்டு செல்ல வேண்டும். இதுதான் அவர்கள் முன்வைத்த யோசனையின் சாரம். இதை முதலில் ஏற்றுக்கொண்ட நிறுவனம் ஜெனரல் எலெக்ட்ரிக்.

இந்தியாவில் உருவாக்கப்பட்ட போர்ட்டபிள் இசிஜி, சீனாவில் உருவாக்கப்பட்ட அல்ட்ராசவுண்ட் கருவிகள் அப்படி உருவாக்கப்பட்டவை தான். வளரும் நாடுகளின் தண்ணீர்

பற்றாக்குறையைக் கருத்தில்கொண்டு குறைந்த தண்ணீரில் துவைக்கும் சலவைப் பொருள்கள் இந்தக் கோட்பாட்டின் அடிப்படையில் உருவாக்கப்பட்டவையே. அரவிந்த் கண் மருத்துவமனை, நாராயணா ஹிருதாலயா மருத்துவமனை போன்றவற்றில் அளிக்கப்படும் குறைந்த செலவிலான உயர்தர மருத்துவச் சேவைகள் ரிவர்ஸ் இன்னோவேசனுக்கான மிகச் சிறந்த உதாரணங்கள்.

லாஜிடெக் நிறுவனம் கணினி மவுஸ்களைத் தயாரிப்பதில் புகழ்பெற்ற நிறுவனம். ஆரம்பத்தில் அமெரிக்கச் சந்தைக்காக அதிநவீன அதிக விலையுள்ள மவுஸ்களைத் தயாரித்து விற்பனை செய்தது. சீன நிறுவனங்கள் விலை குறைவான மவுஸ்களைத் தயாரித்துச் சந்தையைக் கைப்பற்றின. ரிவர்ஸ் இன்னோவசன் கோட்பாட்டைப் பயன்படுத்தி ஆடம்பரமில்லாத, தரத்தில் குறையாத மவுஸ்களை உற்பத்தி செய்ய ஆரம்பித்தது. அதை வளர்ந்த நாடுகளின் வாடிக்கையாளர்களிடம் சந்தைப்படுத்திப் பெரும் வெற்றியைப் பெற்றது லாஜிடெக் நிறுவனம். உலக அளவில் சிந்தித்து உள்ளூரில் வேலை செய்வது என்ற தத்துவத்தின் அடிப்படையில் உருவான ரிவர்ஸ் இன்னோவசன் ஆய்வுக் கட்டுரைக்காகப் புகழ்பெற்ற மெக்கின்சி விருதினைப் பெற்றார்.

2010ஆம் ஆண்டு விஜய் கோவிந்தராஜூம் அவருடைய நண்பர் கிறிஸ்டியன் சர்க்காரும் இணைந்து ஹார்வர்ட் பிசினஸ் ரிவியூ தளத்தில் ஒரு கட்டுரையை எழுதினர். ஏழை மக்களுக்காக மிகக் குறைந்த பொருட்செலவில் அதாவது 300 அமெரிக்க டாலர்களில் ஏன் தரமான வீடுகளை உருவாக்கக் கூடாது என்ற கேள்வியை எழுப்பியது அந்தக் கட்டுரை. 300 டாலரில் குடிசைதான் கட்ட முடியும் என்ற கேலிப் பேச்சுகளே முதலில் பதிலாக வந்தது. சவாலானது என்பதில் சந்தேகமில்லை. ஆனால் சாத்தியமில்லை என்று மட்டும் சொல்லாதீர்கள். நவீனத் தொழில்நுட்பத்தையும் உள்ளூர்ப் பொருள்களையும் கொண்டு இதைச் செய்வது சாத்தியமே என வாதிட்டனர்.

பெரிய நிறுவனங்களும் பொறியியல் வல்லுநர்களும் இதனைச் சவாலாக ஏற்றுக்கொண்டனர். விவாதங்களைத் தூண்டிய ஒரு கட்டுரை ஓர் இயக்கமாக மாறியது. உலகெங்கிலுமிருந்து சிறந்த மலிவான வீட்டின் மாதிரிகளைத் துறை சார்ந்த வல்லுநர்கள்

அனுப்பி வைத்தனர். வெறும் கனவாக மட்டுமே இல்லாமல் பல வசதிகளைக் கொண்ட சிறிய வீடுகள் வடிவமைக்கப்பட்டன.

தரவுகளை அடிப்படையாகக் கொண்டு வாடிக்கையாளர்கள் சந்திக்கப்போகும் சிக்கல்களுக்கான தீர்வை முன்கூட்டியே கண்டறிந்து சரிசெய்யும் 'ஃப்யூசன் ஸ்ட்ரேடஜி' என்னும் முறையையும் விஜய் கோவிந்தராஜன் அறிமுகப்படுத்தினார். பொருளோடு சேர்த்து வாடிக்கையாளர்களுக்கு அவசியமான சேவைகளையும் தருவதை இது வலியுறுத்துகிறது.

விஜய் கோவிந்தராஜன் உருவாக்கியிருக்கும் *'Three - Box Solution'* என்ற கோட்பாடு தனி மனிதனுக்கும் நிறுவனங்களுக்கும் வளர்ச்சிக்கான புதிய உத்திகளைப் பயிற்றுவிக்கிறது. நிகழ்காலத்தை நிர்வகிப்பது *(Box 1)*, கடந்த காலத்தைக் கைவிடுவது *(Box 2)*, எதிர்காலத்தை உருவாக்குவது *(Box 3)* ஆகியவற்றில் எதற்கு எவ்வளவு முக்கியத்துவம் கொடுக்க வேண்டும் என்பதை எளிமையாக விளக்கும் அவரது இந்தக் கோட்பாடு பலராலும் பாராட்டப் பெற்றிருக்கிறது.

பெரும்பாலானோர் நிகழ்காலத்தை நிர்வகிப்பதிலேயே அதிக கவனம் செலுத்துகின்றனர். இன்னும் சிலர் கடந்த காலத்தைக் கைவிட மறுக்கின்றனர். இரண்டையும் குறைத்துக்கொள்வதன் மூலமாகச் சரியான எதிர்காலத்தை உருவாக்கும் திட்டங்களில் கவனம் செலுத்தலாம் என்கிறார் விஜய் கோவிந்தராஜன். எதிர்காலத்தை வெல்ல வேண்டுமானால் நிகழ்காலத்தில் வேலை செய்தே ஆக வேண்டும் என்பதைத் தவிர வேறு குறுக்கு வழிகள் இல்லை.

எச்.பி, கொக்ககோலா, ஜே.பி. மோர்கன், மைக்ரோசாஃப்ட், பி அண்ட் ஜி உள்ளிட்ட பல்வேறு பன்னாட்டு நிறுவனங்களுக்கு ஆலோசகராகச் செயல்படுகிறார்.

மிகப் பெரிய தொழில் நிறுவனங்களின் உயரதிகாரிகளுக்குப் புதிய உத்திகளைச் சொல்லித்தரும் விஜய் கோவிந்தராஜனை உலகின் மதிக்கத்தக்க ஐந்து பயிற்சியாளர்களில் ஒருவராக ஃபோர்ப்ஸ் இதழ் அங்கீகரித்தது. மிகச் சிறந்த பேச்சாளராக இருக்கும் விஜய் கோவிந்தராஜன் தன்னுடைய மாணவப் பருவத்தில் தயக்கம் மிகுந்தவராகவே இருந்தார்.

உலகின் மிகச் செல்வாக்குமிக்க மேலாண்மை ஆலோசகர்களில் ஒருவராக ஃபோர்ப்ஸ் மட்டும் எகனாமிஸ்ட் இதழ்கள் இவரைத் தொடர்ந்து பட்டியலிட்டு வருகின்றன. *Poets & Quants* நிறுவனம் இவரை உலகின் சிறந்த பிசினஸ் ஸ்கூல் பேராசிரியர் என்று பாராட்டியது. மேலாண்மை ஆலோசனைத் துறையில் சிறந்து விளங்கியதற்காக *'Carl S. Sloane'* என்ற விருது இவருக்கு வழங்கப்பட்டது. *'Thinkers 50'* அமைப்பின் ஹால் ஆஃப் ஃபேம், இன்னொவேசன் விருதுகளை 2019ஆம் ஆண்டு பெற்றதன் மூலமாக இரு வேறு பிரிவுகளில் ஒரே ஆண்டில் விருது பெற்றவர் என்ற பெருமையைப் பெற்றார். 2022ஆம் ஆண்டு *Institute of Management Studies* இவருக்கு வாழ்நாள் சாதனையாளர் விருதை வழங்கியது.

Reverse Innovation, The Three-Box Solution, Beyond the Idea, The Other Side of Innovation: Solving the Execution Challenge, Ten Rules for Strategic Innovators ஆகியவை இவர் எழுதிய மிக முக்கியமான புத்தகங்கள். நியூயார்க் டைம்ஸ், வால் ஸ்ட்ரீட் ஜர்னல் போன்ற அதிகம் விற்பனையாகும் பட்டியலில் விஜய் கோவிந்தராஜன் புத்தகங்களும் இடம்பெற்றுள்ளன. இவர் எழுதிய ஆய்வுக்கட்டுரைகள் பல முன்னணி இதழ்களில் வெளிவந்து பரிசுகளையும் பாராட்டுகளையும் பெற்றிருக்கின்றன.

உலகில் உள்ள மொத்த மக்கள் தொகையில் ஐம்பது சதவிகிதம் பேர் வாங்கும் திறனுள்ளவர்களாக இருக்கின்றனர். மீதமுள்ள ஐம்பது சதவிகிதம் பேரையும் இந்த ஆட்டத்தில் சேர்த்துக்கொள்வது அவசியமானது. அதற்கான ஆய்வுகளைத்தான் விஜய் கோவிந்தராஜன் மேற்கொண்டு வருகிறார்.

கண்ணன் செளந்தரராஜன்

தமிழகத்தில் பிறந்து சர்வதேச அளவில் புகழ்பெற்ற மற்றுமொரு கணிதவியலாளர் கண்ணன் செளந்தரராஜன். எண் கோட்பாட்டிலும் *(Number Theory)* பகுப்பாய்வு எண் கோட்பாட்டிலும் *(Analytic Number Theory)* உலகளவில் மதிக்கப்படுபவர். அமெரிக்காவில் உள்ள ஸ்டான்ஃபோர்ட் பல்கலைக்கழகத்தில் கணிதப் பேராசிரியராக *(Anne T. and Robert M. Bass Professor of Mathematics)* பணியாற்றி வருகிறார்.

சென்னையில் பிறந்த கண்ணன் செளந்தரராஜன் பத்ம சேஷாத்ரி பள்ளியில் படித்தவர். 1987ஆம் ஆண்டை இந்தியாவில் கணித மறுமலர்ச்சி ஏற்பட்ட ஓர் ஆண்டாகச் சொல்லலாம். அந்த ஆண்டு சென்னை கலைவாணர் அரங்கத்தில் நடைபெற்ற ராமானுஜரின் நூற்றாண்டு விழா பலருக்கும் கணிதத்துறை சார்ந்து விழிப்புணர்வை ஏற்படுத்தியது. அதன் மூலமாகப் பலன் பெற்றவர்களில் கண்ணனும் ஒருவர். ராமானுஜரின் வாழ்க்கை வரலாற்றுப் புத்தகமும் அவர் எழுதிய கடிதங்களின் நகல்களும் அவருக்கு மிகப் பெரிய தாக்கத்தை ஏற்படுத்தின. அதன் காரணமாகப் பள்ளிப் பருவத்திலிருந்தே கணிதத்தில் மிகுந்த ஈடுபாடு கொண்டவராக இருந்தார்.

அவரிடமிருந்த கணிதத் திறமையைக் கருத்தில்கொண்டு சென்னை தரமணியில் உள்ள கணித அறிவியல் நிறுவனத்தை

நிறுவிய அல்லாடி ராமகிருஷ்ணனைப் பள்ளி ஆசிரியர்கள் அவருக்கு அறிமுகப்படுத்தினர். அவர் மூலம் பின்னாளில் அந்த நிறுவனத்தின் இயக்குநராகப் பொறுப்பு வகித்து ஓய்வுபெற்ற பேராசிரியர் பாலசுப்ரமணியனின் அறிமுகம் கிடைத்தது. கண்ணன் சௌந்தரராஜனின் வளர்ச்சியில் முக்கியப் பங்காற்றியவர் இந்த பாலசுப்ரமணியன்.

சென்னை கன்னிமாரா நூலகத்திலும் கணித அறிவியல் நிறுவனத்தின் நூலகத்திலும் அவர் கழித்த நேரங்களே அவரது அறிவை விசாலமாக்கின. ஒரு சக ஆராய்ச்சியாளருடன் விவாதிப்பதைப் போன்ற அறிவை இளம்வயதிலேயே பெற்றிருந்தார் கண்ணன் சௌந்தரராஜன்.

ராமானுஜர், ரிமான் உள்ளிட்ட கணித மேதைகளாலும் சமகால சாதனைக்குரிய கணிதவியலாளர்களாலும் பெரிதும் ஈர்க்கப் பட்ட கண்ணன் கணிதத்துறையில் பல்வேறு ஆய்வுகளைச் செய்திருக்கிறார்.

ராமானுஜரை நமக்குத் தெரியும். யார் இந்த ரிமான்? பெர்ன்ஹார்ட் ரிமான் பத்தொன்பதாம் நூற்றாண்டின் மிகச் சிறந்த கணிதவியலாளர். பகா எண்களுடைய (Prime Numbers) பரவல் குறித்த அவரது 'ரிமான் கருதுகோள்' (Riemann Hypothesis) தான் இன்றும் கணித உலகில் தீர்க்கப்படாத மிகப் பெரிய சவாலாக இருக்கிறது. பகா எண்கள் என்பது ஒன்றாலும் தன்னாலும் மட்டுமே வகுபடக்கூடிய எண்கள் என இளம் வயதில் நாம் படித்ததுதான்.

1991-ஆம் ஆண்டு நடைபெற்ற சர்வதேச கணித ஒலிம்பியாட் (International Mathematical Olympiad) போட்டியில் இந்தியாவின் சார்பாகப் பங்கேற்று வெள்ளிப் பதக்கம் வென்றார். இதுதான் அவர் பெற்ற முதல் சர்வதேச அங்கீகாரம். மிச்சிகன் பல்கலைக்கழகத்தில் இளங்கலைப் பட்டமும் பிரின்ஸ்டன் பல்கலைக்கழகத்தில் முனைவர் பட்டத்தையும் பெற்றார்.

முனைவர் பட்டத்தைப் பெற்ற கண்ணன் சௌந்தரராஜன் கணிதத்தில் புதிய கண்டுபிடிப்புகளை ஊக்குவிப்பதில் முதன்மை நிறுவனமான அமெரிக்கக் கணித நிறுவனத்தில் பணியாற்றினார். அதன்பிறகு பிரின்ஸ்டன் பல்கலைக்கழகத்திலும்

மிச்சிகன் பல்கலைக்கழகத்திலும் பணியாற்றினார். 2006ஆம் ஆண்டு ஸ்டான்ஃபோர்ட் பல்கலைக்கழகத்தில் சேர்ந்தார். பல மாணவர்களுக்கும் வழிகாட்டியாக இருந்து அடுத்த தலைமுறை கணிதவியலாளர்களை உருவாக்கி வருகிறார்.

கணிதத்தில் எண் கோட்பாடுகளை *(Number Theory)* அவருடைய ஆராய்ச்சிக்காக எடுத்துக்கொண்டார். ஜீட்டா மற்றும் *L*-சார்புகள் எனப்படும் கணிதக் கூறுகளை ஆழமாகப் புரிந்துகொள்வதே அவருடைய ஆராய்ச்சியின் முதன்மை இலக்காக இருக்கிறது. எண்களின் டி. என். ஏ என அழைக்கப்படும் இந்தச் சார்புகள் ஒரு சிக்கலான அலை வடிவில் தகவல்களைப் பொதிந்து வைத்துள்ளன. ஜீட்டா சார்பு என்பது இசையின் சுருதிகளைப் போன்றது. பகா எண்கள் எப்படிப் பரவியுள்ளன என்பதைத் தீர்மானிக்கும் அந்தச் சார்பின் ஜீரோக்கள் *(Zeros)*, ஒரு சிறந்த இசையின் தாளகதிக்கு இணையானவை என்கிறார் கண்ணன்.

ரோமன் ஹோலோவின்ஸ்கி *(Roman Holowinsky)* என்பவருடன் இணைந்து நீண்ட காலமாகத் தீர்க்கப்படாமல் இருந்த *'Quantum Unique Ergodicity'* என்ற கணித கோட்பாட்டுக்குத் தீர்வினைக் கண்டுபிடித்தார். இதற்காக இவருக்குப் பல சர்வதேச விருதுகள் கிடைத்தன. ஹக் மாண்ட்கோமரி என்பவருடன் இணைந்து மிகக் குறுகிய இடைவெளிகளில் பகா எண்கள் எவ்வாறு பரவியுள்ளன என்பதை ஆய்வு செய்தார். பகா எண்கள் சீரற்ற முறையில் பரவியிருப்பதாகத் தோன்றினாலும் அவற்றுக்கிடையே சில குறிப்பிட்ட ஒழுங்குகள் இருப்பதை இவர் வெளிப்படுத்தினார்.

ராபர்ட் லெம்கே ஆலிவர் என்ற கணிதவியலாளரோடு இணைந்து ஆய்வு ஒன்றினை மேற்கொண்டார். அந்த ஆய்வின் வழியாக பகா எண்களில் விசித்திரமான முறையைக் கண்டறிந்தனர். அடுத்தடுத்து வரும் பகா எண்கள் அவற்றின் கடைசி இலக்கங்களில் எதிர்பாராத சார்புகளைக் கொண்டுள்ளதாக அவர்களுடைய ஆய்வுகள் நிரூபித்தன. ராக்-பேப்பர்-சிஸர் விளையாட்டில் நிகழ்தகவின் பங்களிப்பு குறித்த ஜப்பானைச் சேர்ந்த கணிதவியலாளரான தடாஷீ டோகீடாவின் உரைதான் கண்ணன் சௌந்தரராஜன் இந்த ஆய்வினை மேற்கொள்ளத் தூண்டுகோலாக அமைந்தது.

அப்படியென்றால் பகா எண்கள் வெவ்வேறு இலக்கங்களில் முடிவதையே விரும்புகின்றன. இந்தக் கண்டுபிடிப்பின்படி ஒரு பகா

எண் 1இல் முடிந்தால் அதற்கு அடுத்த பகா எண் மீண்டும் 1இல் முடிவதை விட, 3, 7 அல்லது 9இல் முடிவதற்கே அதிக வாய்ப்புகள் உள்ளன. பகா எண்கள் வெறும் சீரற்ற முறையில் அமையாமல் ஆழமான அமைப்பைக் கொண்டுள்ளதை 'பிரைம் கான்ஸ்பிரைசி' என்றழைக்கின்றனர் கணிதத்துறை வல்லுநர்கள். அவர்களுடைய இந்த ஆய்வின் முடிவுகள் சக ஆராய்ச்சியாளர்களிடையே பெரும் ஆர்வத்தையும் உற்சாகத்தையும் ஏற்படுத்தின.

இந்தப் பகா எண்கள்தான் இன்றைய நவீன உலகின் இணையப் பாதுகாப்புக்கும் கடன் அட்டைகளின் பரிவர்த்தனைகளுக்கான பாதுகாப்புக்கும் அடிப்படையானவை என்பதைப் புரிந்துகொண்டால் அவருடைய ஆய்வுகளின் முக்கியத்துவத்தையும் நாம் புரிந்துகொள்ளலாம்.

இளங்கலை மாணவராக இருந்தபோதே செய்த சிறந்த ஆராய்ச்சிக்காக 1995ஆம் ஆண்டு மோர்கன் பரிசை வென்றார். பகுப்பாய்வு எண் கோட்பாட்டில் (Analytic Number Theory) சிறந்த பங்களிப்பிற்காக சேலம் பரிசை (Salem Prize) 2003ஆம் ஆண்டு பெற்றார். 2005ஆம் ஆண்டு சாஸ்த்ரா பல்கலைக்கழகத்தால் தொடங்கப்பட்ட ராமானுஜன் பரிசு அந்த ஆண்டே கண்ணன் சௌந்தரராஜனுக்கு வழங்கப்பட்டது.

2010ஆம் ஆண்டு நடைபெற்ற சர்வதேச கணிதவியலாளர் மாநாட்டில் எண் கோட்பாடு என்ற தலைப்பில் சிறப்புரை ஆற்றினார். கணித அறிவியல் துறையில் இவர் செய்த ஒட்டுமொத்த சாதனைகளுக்காக 2011ஆம் ஆண்டு இன்ஃபோசிஸ் பரிசைப் பெற்றார். கணிதத்தில் மிக உயர்ந்த சாதனைகளைப் புரிந்தவர்களுக்கு மட்டுமே வழங்கப்படும் ஆஸ்ட்ரோவ்ஸ்கி பரிசையும் (Ostrowski Prize) அதே ஆண்டில் பெற்றார்.

2017 ஜூலை மாதம் அமெரிக்கக் கணித காங்கிரஸில் முதன்மை விரிவுரையாளராகப் பங்கேற்றார். 2018-ஆம் ஆண்டு அமெரிக்கக் கணிதச் சங்கத்தின் கௌரவ உறுப்பினராகத் தேர்ந்தெடுக்கப்பட்டார்.

உலகம் முழுவதிலும் உள்ள ஆராய்ச்சியாளர்களுடன் இணைந்து செயல்படும் கண்ணன் சௌந்தரராஜன் கணித மாநாடுகளையும் பயிற்சிப் பட்டறைகளையும் ஒருங்கிணைத்து வருகிறார். முன்னணி

கணித இதழ்களின் ஆசிரியர் குழுக்களிலும் பணியாற்றி வருகிறார். அவருடைய கூட்டுப்பணி மனப்பான்மையும் தலைமைத்துவமும் பகுப்பாய்வு எண் கோட்பாடு குறித்த ஆராய்ச்சிகளை முன்னோக்கி எடுத்துச்செல்ல முக்கியமான காரணங்களாக இருக்கின்றன.

ஆராய்ச்சி நோக்கத்தோடு மட்டுமல்லாமல் கணிதத்தை அனைத்துத் தரப்புச் சமூகமும் எளிதாகப் புரிந்துகொள்ளும் வகையில் பொதுத்தளங்களிலும் பயிற்சிப் பட்டறைகளிலும் பங்களிப்பைச் செலுத்தி வருகிறார். கணிதக் கல்வியை மேம்படுத்துவதற்காக பல்வேறு அமைப்புகளின் ஆலோசனைக் குழுக்களிலும் அவர் பணியாற்றியிருக்கிறார்.

கணிதம் என்பது வெறும் எண்கள் மட்டுமல்ல அது இயற்கையின் ரகசியக் குறியீடு எனச் சொல்லும் கண்ணன் சௌந்தரராஜன் சென்னையில் ஒரு சாதாரணக் குடும்பத்தில் பிறந்து உலகின் புகழ்பெற்ற பல்கலைக்கழகத்தில் பேராசிரியராகவும் பல சிக்கலான மிக முக்கியமான ஆய்வுகள் செய்யும் அறிஞராகவும் சிறந்து விளங்குகிறார். கணித ஆய்வுகளுக்கான தொடர் ஓட்டத்தில் சளைக்காமல் ஓடிக்கொண்டேயிருக்கிறார்.

விளையனூர் ராமச்சந்திரன்

விளையனூர் ராமச்சந்திரன் என்று அறியப்படுபவர் வி. எஸ். ராமச்சந்திரன். கலிபோர்னியா பல்கலைக்கழகத்தில் மூளை மற்றும் அறிவாற்றல் மையத்தின் இயக்குநர் மற்றும் பேராசிரியர். சால்க் இன்ஸ்டிடியூட்டில் கௌரவப் பேராசிரியராகவும் பணியாற்றி வருகிறார்.

ஐக்கிய நாடுகள் சபையில் அதிகாரியாகப் பணியாற்றிய வி.எம். சுப்ரமணியன் மற்றும் லலிதா சுப்ரமணியன் ஆகியோருக்கு மகனாக 1951ஆம் ஆண்டு சென்னையில் பிறந்தார். லலிதா சுப்ரமணியனின் தந்தை அல்லாடி கிருஷ்ணசாமி இந்திய அரசியலமைப்புச் சட்டத்தை உருவாக்கிய வரைவுக்குழுவில் முக்கியமான உறுப்பினராக இருந்தவர்.

சட்டம், அரசியல், கணிதம், இயற்பியல் எனப் பல துறைகளில் மேதைகளைக் கொண்ட குடும்பத்தில் அவர் வளர்ந்ததால் இயல்பாகவே பன்முகத்தன்மை கொண்ட சிந்தனை அவருக்கு வாய்த்தது.

சென்னை எழும்பூரில் உள்ள டான் பாஸ்கோ பள்ளியில் பள்ளிப் படிப்பை நிறைவு செய்தார். சென்னை ஸ்டான்லி மருத்துவக் கல்லூரியில் மருத்துவம் பயின்றார். கேம்பிரிட்ஜ் பல்கலைக்கழகத்தின் ட்ரினிட்டி கல்லூரியில் 1978ஆம் ஆண்டு

நரம்பியலில் ஆய்வுப் படிப்பை முடித்தார். அவருடைய ஆய்வுகள் அனைத்தும் நரம்பியல், காட்சி உள இயற்பியல் ஆகிய இரண்டு துறைகள் சார்ந்தவை.

மருத்துவமனைக்குள் நுழைந்துவிட்டாலே லட்சங்களில் செலவழிக்க வேண்டிய காலத்தில் வாழ்ந்துகொண்டிருக்கிறோம். நோயைக் கண்டறியவே பல்வேறு சோதனைகளைப் பெரும் பொருட்செலவில் செய்ய வேண்டியிருக்கிறது. கண்டுபிடித்த பிறகு குணமடைய இன்னும் ஏராளமாகச் செலவு செய்ய வேண்டும். இந்தச் சூழலில் ஒரு கண்ணாடியை வைத்து 'ஃபேண்டம் லிம்ப்' வலிக்கான தீர்வைக் கண்டுபிடித்தார் ராமச்சந்திரன். மிரர் தெரபி என்ற அவருடைய கண்டுபிடிப்பு நரம்பியல் துறையில் உலகப் புகழ் பெற்றது.

விபத்திலோ போரிலோ கை அல்லது கால்கள் துண்டிக்கப்பட்ட பிறகும் அந்த உறுப்பு இன்னும் அங்கேயே இருப்பது போலவும் அதில் இன்னும் வலி இருப்பது போலவும் தோன்றும் நிலைக்கு *'Phantom Limb Pain'* என்று பெயர். அதற்குத் தீர்வாகத்தான் மிரர் தெரபியைக் கண்டுபிடித்தார் அவர்.

ஏமாந்துபோகிறவர்களை உனக்கு மூளையே இல்லையா என உடனடியாகத் திட்டிவிடுகிறோம். மூளையே ஏமாந்துபோகிற சம்பவம்தான்; இந்த மிரர் தெரபி சிகிச்சை முறையில் நடக்கிறது. மூளையின் மேற்பரப்பில் நம்முடைய உடலின் ஒவ்வோர் உறுப்புக்கென பிரத்தியேக இடம் ஒதுக்கப்பட்டிருக்கிறது. ஒரு கையோ அல்லது காலோ துண்டிக்கப்பட்டுவிட்டாலும் கூட மூளையில் உள்ள அதற்கான இடம் அப்படியேதான் இருக்கும். துண்டிக்கப்பட்ட கையிலிருந்து சரியான சிக்னல் வராததால் அந்த இடத்தில் தீராத வலி இருப்பதைப் போன்ற உணர்வுகள் ஏற்படும். துண்டிக்கப்பட்ட கை அங்குதான் இருக்கிறது எனக் கண்கள் வழியாக மூளைக்கு சிக்னல் கொடுத்துவிட்டால் இந்தத் தீராத வலி என்னும் உணர்வை நீக்கிவிடலாம் இல்லையா. அதைத்தான் செய்கிறது இந்த மிரர் தெரபி.

நடுவில் செங்குத்தாகக் கண்ணாடி இருக்கிற ஒரு அட்டைப்பெட்டியின் இருபுறமும் துளைகள் இருக்கும். ஒருபுறம் துண்டிக்கப்பட்ட கையையும் மறுபுறம் பாதிப்பற்ற கையையும் நுழைக்க வேண்டும். இதில் துண்டிக்கப்பட்ட கை மறைக்கப்பட்டு

அந்த இடத்தில் மறுபுறம் இருக்கும் பாதிக்கப்படாத கை தெரியும்படியாக அந்தக் கண்ணாடி பொருத்தப்பட்டிருக்கும். இந்தக் காட்சியைப் பார்க்கும்போது துண்டிக்கப்பட்ட அந்தக் கை சரியாக இருப்பதாகத் தோன்றும். கண்கள் வழியாக மூளைக்கு அந்தத் தகவல் சொல்லப்படும். முன்பு இருப்பதாகத் தோன்றிய வலி இப்போது மறைந்துபோயிருக்கும். அவ்வளவுதான்.

கண்ணாடியைத் திருப்பினால் வலி குறையும் இந்த முறை நரம்பியல் மருத்துவத்தில் மிகப் பெரிய சாதனையாகக் கொண்டாடப்படுகிறது. இந்த முறையைப் பயன்படுத்தி பக்கவாதத்தால் பாதிக்கப்பட்டவர்களின் கை மற்றும் கால் இயக்கங்களை மீண்டும் சீரமைக்க முடியும் என்று ராமச்சந்திரன் நிரூபித்தார். இது இன்றும் பல நாடுகளில் ஒரு முக்கியச் சிகிச்சை முறையாக உள்ளது.

ராமச்சந்திரன் தனது இளம் வயதிலேயே அறிவியலில் மிகுந்த ஆர்வம் கொண்டிருந்தார். கடற்கரையில் சிப்பிகளைச் சேகரிப்பது அவருக்குப் பிடித்தமான பொழுதுபோக்கு. அக்சலோட்ல் *(Axolotls)* எனப்படும் ஒருவகை நீர்வாழ் உயிரினங்களைப் பற்றிப் படித்து அவற்றுக்கு ஹார்மோன் ஊசி போட்டு அவை எப்படி உருமாறுகின்றன என்று இளம் வயதிலேயே தனது வீட்டில் பரிசோதனை செய்து பார்த்தார்.

சிலருக்கு ஓர் எண்ணைப் பார்த்தால் அது குறிப்பிட்ட நிறத்தில் இருப்பதுபோலவே தோன்றும். உதாரணமாக 1 என்ற எண் எப்போதும் பச்சை நிறமாகத் தெரியும். உலகம் முழுக்க இருந்த மருத்துவர்கள் இதை ஒரு மனநோய் என்றே நினைத்தனர். ராமச்சந்திரன்தான் இது மூளையின் அமைப்பில் ஏற்படும் மாற்றத்தால் நிகழ்வதாகக் கண்டுபிடித்தார். மூளையில் எண்களைப் பார்க்கும் பகுதியும் நிறங்களைப் பார்க்கும் பகுதியும் அருகருகே இருக்கின்றன. இந்த இரண்டு பகுதிகளிலும் குறுக்குத் தொடர்பு நிகழும் பொழுது இந்தச் சிக்கல் ஏற்படுவதை அவர் கண்டுபிடித்தார்.

அவருடைய கண்டுபிடிப்புகள் 'மூளை என்பது மாற்ற முடியாததல்ல. அது சூழ்நிலைக்கு ஏற்ப தன்னை மாற்றிக்கொள்ளும் நரம்பியல் நெகிழ்வுத்தன்மை கொண்டது' என்பதை நிரூபித்தன.

Phantoms in the Brain (1998), The Tell-Tale Brain (2010), A Brief Tour of Human Consciousness (2003), The Emerging Mind (2003) ஆகியவை இவர் எழுதிய மிக முக்கியமான புத்தகங்கள்.

2007ஆம் ஆண்டு இந்திய அரசு இவருக்குப் பத்மபூஷன் விருது வழங்கி கௌரவித்தது. 2011ஆம் ஆண்டு டைம்ஸ் இதழ் உலகின் செல்வாக்கு மிக்க நூறு மனிதர்களில் ஒருவராக இவரைத் தேர்ந்தெடுத்தது. பிபிசி வானொலியில் மிக உயரிய கௌரவமாகக் கருதப்படும் 'ரீத் சொற்பொழிவு' நிகழ்ச்சியில் பங்கேற்க அழைக்கப்பட்டார்.

ராயல் நெதர்லாந்து கலை மற்றும் அறிவியல் அகாடமியால் வழங்கப்பட்ட அரியன்ஸ் காப்பர் விருது, லண்டன் ராயல் அமைப்பின் மூலம் மூளை பற்றிய சிறந்த ஆராய்ச்சிக்காக வழங்கப் பட்ட ஹென்றி டேல் விருது, நரம்பியல் துறையில் மிகச் சிறந்த பங்களிப்பை வழங்குபவர்களுக்கு வழங்கப்படும் சர்வதேச விருதான ரமோன் ஒய் காஜல் விருது ஆகியவை இவருடைய திறமைக்கும் கடின உழைப்புக்கும் கிடைத்த சர்வதேச அங்கிகாரங்கள்.

கலை உணர்வு என்பது ஏதோ ஒரு மாயமான விஷயம் அல்ல. அது மூளையின் ஒரு குறிப்பிட்ட செயல்பாடு. கலைஞர்கள் ஏன் சில விஷயங்களை மிகைப்படுத்திச் சித்திரிக்கிறார்கள் என்பதை *'Peak Shift Principle'* என்ற கோட்பாடு மூலம் நரம்பியல் ரீதியாக விளக்கினார். இது கலையையும் அறிவியலையும் இணைத்த பெரிய சாதனையாகக் கருதப்படுகிறது.

உலகைச் சுற்றிப் பல புதிய இடங்களைக் கண்டுபிடித்தார் மார்கோ போலோ. மூளையின் அறியப்படாத பல மர்மப் பகுதிகளை ராமச்சந்திரன் கண்டுபிடித்ததால் அவரை நரம்பியல் துறையின் மார்கோ போலோ என்றழைத்தார் புகழ்பெற்ற விஞ்ஞானியான ரிச்சர்ட் டாக்கின்ஸ்.

பல நுணுக்கங்களை நோயாளிகளிடம் உரையாடுவதன் மூலமாகவும் எளிமையான பரிசோதனைகள் மூலமாகவும் வெளிக்கொண்டு வருவதால் அவரை மருத்துவ உலகின் ஷெர்லாக் ஹோல்ம்ஸ் எனவும் அழைக்கின்றனர்.

70 வயதைக் கடந்திருந்தாலும் இன்றும் உலகெங்கிலும் உள்ள பல்கலைக்கழகங்களுக்குச் சென்று உரையாடுகிறார். நரம்பியல்

சிக்கல்களை சாமானிய மக்களுக்கும் புரியவைப்பதில் முனைப்புடன் செயல்படுகிறார்.

பல்வேறு சர்வதேச இதழ்களின் ஆசிரியர் குழுவில் இணைந்து பணியாற்றுகிறார். அவருடைய ஆய்வுகள் தி நியூயார்க் டைம்ஸ், டிஸ்கவர், நேஷனல் ஜியோகிராஃபிக், டைம் மற்றும் லைஃப் போன்ற உலகப்புகழ் பெற்ற இதழ்களில் சிறப்புக் கட்டுரைகளாக வெளிவந்துள்ளன.

தொழில்நுட்பம் குறைவாக இருப்பது நம்மைச் சிந்திக்கத் தூண்டும் என ராமச்சந்திரன் சொல்வதைச் சிந்தித்துப் பார்த்தால் சரியெனவே தோன்றுகிறது.

கவிதா ரமணன்

கவிதா ரமணன் பிரவுன் பல்கலைக்கழகத்தில் கணிதவியல் துறையில் பேராசிரியராகப் பணியாற்றிவருகிறார். கணிதக் கணக்கீடு மற்றும் சோதனை ஆராய்ச்சிக்கான நிறுவனத்தில் இணை இயக்குநராகவும் பணியாற்றிய அனுபவம் பெற்றவர். பயன்பாட்டுக் கணிதப் பிரிவின் இணைத் தலைவராகவும் பட்டதாரி ஆய்வுகளின் இயக்குநராகவும் பணியாற்றியுள்ளார்.

சென்னையில் பிறந்த கவிதா ரமணனின் கல்விப பயணம் இந்தியாவின் வர்த்தகத் தலைநகரான மும்பையில் தொடங்கியது. அவரது தந்தை ரமணன் மும்பையில் உள்ள புகழ்பெற்ற டாடா அடிப்படை ஆராய்ச்சி நிறுவனத்தில் *(TIFR)* கணிதப் பேராசிரியராக இருந்தவர். இவர் அல்ஜீப்ராயிக் ஜியோமெட்ரி மற்றும் டிஃபெரன்ஷியல் ஜியோமெட்ரி ஆகிய துறைகளில் முன்னோடி ஆராய்ச்சியாளர். அறிவியல் மற்றும் தொழில்நுட்பத்தின் பல்வேறு துறைகளில் சாதனை படைப்பவர்களுக்கு வழங்கப்படும் சாந்தி ஸ்வரூப் பட்நாகர் விருதை 1979ஆம் ஆண்டு பெற்றார். வீட்டில் நிலவிய அறிவுச் சூழல் அவருக்குக் கணிதத்தின் மீதான ஆர்வம் பெருகக் காரணமாக இருந்தது.

இந்தியாவின் மிக உயரிய கல்வி நிறுவனங்களில் ஒன்றான ஐஐடி மும்பையில் கணினி அறிவியல் துறையில் சேர்ந்தார் கவிதா. 1992ஆம் ஆண்டு அவர் பட்டம் பெற்றபோது அந்த

ஆண்டின் மிகச் சிறந்த மாணவருக்கான இந்திய ஜனாதிபதியின் தங்கப் பதக்கத்தையும் வென்றார். இதுவே அவரது வருங்கால வெற்றிகளுக்கு ஒரு முன்னோட்டமாக அமைந்தது.

ஐஐடி மும்பையில் கவிதா ரமணன் பயின்றது கணினி அறிவியல். ஐஐடி-யில் கணினி அறிவியல் படிப்பவர்கள் பெரும் சம்பளத்தில் மென்பொருள் நிறுவனங்களுக்குச் செல்வதே வழக்கமாக இருந்தது. ஆனால், கவிதாவுக்குப் பாடங்களைப் படிக்கும்போது அந்த நிரலாக்கங்களுக்குப் பின்னால் இருக்கும் கணிதத்தின் மீதுதான் ஆர்வம் அதிகமிருந்தது. இதன் காரணமாக அவர் அமெரிக்காவின் புகழ்பெற்ற பிரவுன் பல்கலைக்கழகத்திற்குச் சென்றார். அங்கு பயன்பாட்டுக் கணிதத்தில் முனைவர் பட்டத்தைப் பெற்றார். பாதுகாப்பான வேலையைத் தேடாமல் கடினமான கணித ஆய்வைத் தேர்ந்தெடுத்து வெற்றி பெற்றார்.

முனைவர் பட்டத்திற்குப் பிறகு இஸ்ரேலின் ஹைஃபாவிலுள்ள புகழ்பெற்ற டெக்னியன் நிறுவனத்தில் தனது முதுமுனைவர் ஆராய்ச்சியை மேற்கொண்டார். இது அவரது உலகளாவிய ஆராய்ச்சிப் பார்வைக்கு வழி ஏற்படுத்திக் கொடுத்தது.

உலகின் மிகச் சிறந்த அறிவியல் கண்டுபிடிப்புகளின் மையமான பெல் லேப்ஸ் நிறுவனத்தில் தொழில்நுட்பக் குழு உறுப்பினராகப் பணியாற்றினார். இங்குதான் அவர் தனது கணிதக் கோட்பாடுகள் நிஜ உலகத் தொழில்நுட்பத்தில் எப்படிச் செயல்படுகின்றன என்பதை நேரடியாகக் கவனித்தார்.

2003ஆம் ஆண்டு கல்வித் துறைக்குத் திரும்பிய அவர் பிட்ஸ்பர்க்கில் உள்ள புகழ்பெற்ற கார்னகி மெல்லன் பல்கலைக்கழகத்தில் கணித அறிவியல் துறையில் இணைப் பேராசிரியராகவும் பின்னர் பேராசிரியராகவும் பணியாற்றினார். ஏழு ஆண்டுகள் அங்கு மாணவர்களுக்குப் பயிற்சியளித்ததோடு பல முக்கியமான ஆய்வுகளையும் மேற்கொண்டார். 2010ஆம் ஆண்டு பிரவுன் பல்கலைக்கழகத்தில் பேராசிரியராக இணைந்தார்.

கணிதத்துறையில் நிகழ்தகவு கோட்பாடு, சீரற்ற செயல்முறைகள் (Stochastic processes) ஆகிய பிரிவுகளில் நிபுணத்துவம் பெற்றவர். இவை தவிர விலகல் கோட்பாடு, சீரற்ற பகுப்பாய்வு, துகள் அமைப்புகளின் தொடர்பு, உயர் பரிமாண நிகழ்தகவு மற்றும்

சீரற்ற வலைப்பின்னல் பகுப்பாய்வு உள்ளிட்ட பல பிரிவுகளில் தேர்ந்த புலமை பெற்றவர்.

சிக்கலான உலகளாவிய பிரச்னைகளைக் கணித சமன்பாடுகள் மூலம் தீர்ப்பதற்கு அவர் காட்டிய வேகம் உலகப் புகழ்பெற்ற பல கணிதவியலாளர்களை வியக்க வைத்தது. அவரது ஆய்வுகள் வெறும் தாள்களில் எழுதப்பட்ட சமன்பாடுகள் மட்டுமல்ல. அவை இன்றைய நவீன தொலைத்தொடர்புத் துறை மற்றும் செயற்கை நுண்ணறிவுத் துறையின் வளர்ச்சிக்கு மிகவும் அத்தியாவசியமானவை.

2006ஆம் ஆண்டுக்கான எர்லாங் பரிசை பயன்பாட்டு நிகழ்தகவு சங்கத்திடமிருந்து பெற்றார். கணித புள்ளிவிவர நிறுவனம் இவருக்கு 2015ஆம் ஆண்டு மெடாலியன் விருதை வழங்கியது. 2018ஆம் ஆண்டு சைமன்ஸ் பெலோசிப் விருதையும் 2020ஆம் ஆண்டு இயற்கை அறிவியலுக்கான கக்கன்ஹெய்ம் பெலோசிப் விருதையும் பெற்றிருக்கிறார். அமெரிக்கப் பாதுகாப்புத்துறை 2020ஆம் ஆண்டு நியூட்டன் விருதை வழங்கி இவரைக் கௌரவித்தது.

அமெரிக்கக் கணிதச் சங்கம், செயல்பாட்டு ஆராய்ச்சி மற்றும் மேலாண்மை அறிவியல் நிறுவனம், அமெரிக்க அறிவியல் முன்னேற்றக் கழகம், தொழில்துறை மற்றும் பயன்பாட்டுக் கணிதச் சங்கம், கணித புள்ளிவிவர நிறுவனம் ஆகிய புகழ்பெற்ற சங்கங்களின் தேர்ந்தெடுக்கப்பட்ட உறுப்பினராக இருக்கிறார்.

துகள் அமைப்புகளின் தொடர்பு (Interacting particle systems) மற்றும் சீரற்ற வலைப்பின்னல்களை (Stochastic networks) ஆய்வு செய்வதற்கான புதிய கணித கட்டமைப்புகளை அவர் உருவாக்கியுள்ளார். சீரற்ற வலைப்பின்னல்கள் என்பது போக்குவரத்து நெரிசல் அல்லது இணையத்தில் தரவுகள் பயணம் செய்யும் விதம் போன்றது. எப்போது நெரிசல் ஏற்படும் என்பதை முன்கூட்டியே கணிக்க முடியாத சீரற்ற சூழலில் கணித மாதிரிகள் மூலம் அந்த வலைப்பின்னலை எவ்வாறு சீராக இயக்குவது என்பதை இவரது ஆய்வுகள் விளக்குகின்றன.

மும்பை ஐஐடி-யின் சிறந்த முன்னாள் மாணவர் விருதையும் பிரவுன் பல்கலைக்கழகத்தின் சிறந்த ஆராய்ச்சிக்கான சாதனை விருதையும் பெற்றிருக்கிறார். தேசிய அறிவியல் அறக்கட்டளை

2003ஆம் ஆண்டு முதல் இப்போதுவரை இவருடைய ஆய்வுகளுக்கு நிதியுதவி அளித்துவருகிறது. இது ஒரு பேராசிரியருக்குக் கிடைக்கக்கூடிய மிகப் பெரிய கௌரவம்.

தனது மகளுக்குப் பாடம் சொல்லிக்கொடுக்கும்போதுதான் *Math CoOp* என்ற அமைப்பை நிறுவுவதற்கான யோசனை பிறந்தது. அதன் மூலம் பள்ளி மாணவர்களுக்குக் கணிதத்தின் சுவாரசியங்களை விளக்கும் பணிகளைச் செய்துவருகிறார். கணிதத்தைப் பாடமாகச் சொல்லித்தராமல் வாழ்வியல் கலையாகக் கற்றுத் தருகிறார். அறிவியல் மற்றும் கணிதக் கருத்தரங்குகளை நடத்துவதில் முன்னோடியாக இருக்கிறார்.

இந்தியாவின் மாபெரும் கணித மேதை ஸ்ரீனிவாச ராமானுஜன் பற்றிய ஆவணப்படத்திற்கு *(Srinivasa Ramanujan: The Mathematician and his Legacy)* ஆலோசகராகப் பணியாற்றினார். பாவனா என்ற கணித இதழின் பொறுப்பாசிரியராகவும் பணியாற்றிவருகிறார். தற்போது கணித புள்ளிவிவர நிறுவனத்தின் தலைவராகச் செயல்பட்டுவருகிறார்.

கணிதத் துறையில் முனைவர் பட்டம் பெறுபவர்களில் பெண்கள் முப்பது சதவிகிதத்துக்கும் குறைவாகவே இருக்கின்றனர். முதல் வரிசையில் உள்ள ஆராய்ச்சிப் பல்கலைக்கழகங்களில் கணிதத் துறையில் நிரந்தரப் பேராசிரியர்களாக இருக்கும் பெண்களின் சதவீதம் வெறும் பதினைந்துக்கும் குறைவு. கணித இதழ்களின் ஆசிரியர்கள் அல்லது துறைத் தலைவர்களாக இருக்கும் பெண்களின் எண்ணிக்கை இன்னும் குறைவு. அனைத்துத் தடைகளையும் தாண்டி தனக்குப் பிடித்த துறையில் உச்சம் தொட்டிருக்கிறார் கவிதா.

130க்கும் மேற்பட்ட சர்வதேச ஆய்வுக் கட்டுரைகளை எழுதியுள்ள இவர் தமது கண்டுபிடிப்புகளுக்காக நான்கு அமெரிக்கக் காப்புரிமைகளைப் பெற்றிருக்கிறார். இவை குறிப்பாக, தொலைத்தொடர்பு வலைப்பின்னல்களில் தரவுப் போக்குவரத்தைச் சீரமைக்கும் தொழில்நுட்பம் சார்ந்தவை. பெல் லாப்ஸில் பணியிலிருந்தபோது உருவான கண்டுபிடிப்புகள் இவை. இன்றைய அதிவேக இணையப் போக்குவரத்து மேலாண்மையில் இவை பயன்படுகின்றன.

‘ஊகிக்கக்கூடிய உறுதியான விஷயங்களில்தான் பெரும்பாலான மக்கள் வசதியாக உணர்கிறார்கள். ஆனால் நம்மைச் சுற்றியுள்ள உலகம் பல வழிகளில் ஊகத்திற்கு அப்பாற்பட்டதாக இருக்கிறது. நிகழ்தகவு கோட்பாடும் சீரற்ற தன்மையும் அந்த ஒழுங்கற்ற நிலையைப் புரிந்துகொள்ள நமக்கு உதவுகின்றன’ என்கிறார் கவிதா ரமணன்.

‘ஒரு பெரிய மக்கள் கூட்டத்தில் ஒரு தனிநபர் என்ன செய்வார் என்பதை நம்மால் கணிக்க முடியாது. ஆனால் ஒட்டுமொத்தக் கூட்டம் எப்படிச் செயல்படும் என்பதை நிகழ்தகவு கோட்பாட்டால் கணிக்க முடியும். பல தனிப்பட்ட சீரற்ற தன்மைகளை ஒன்றாக இணைக்கும்போது அங்கே ஒரு ஊகிக்கக்கூடிய ஒழுங்கு பிறக்கிறது என்பதுதான் இதன் அடிப்படைத் தத்துவம்.’

ஆர்வத்தைக் கண்டறிதல், அபாயங்களை எதிர்கொள்ளுதல், உடனடி பலனை எதிர்பார்க்காமல் தொடர்ந்து உழைப்பது, ஆதரவான சூழலை உருவாக்கிக்கொள்வது ஆகியவை கணிதத்துறையில் சாதிப்பதற்குத் தேவையான கல்யாண குணங்களாகச் சொல்கிறார் கவிதா ரமணன். இவை சாதிக்க நினைக்கும் அனைத்துத் துறையினருக்கும் பொருந்திப்போகிறது.

வீராசாமி நாகமுத்து

தென் அமெரிக்காவின் வடகிழக்குக் கடற்கரையில் அமைந்துள்ள கயானாதான் அந்தக் கண்டத்திலேயே ஆங்கிலத்தை ஆட்சி மொழியாகக் கொண்ட ஒரே நாடு. வெனிசுலா, பிரேசில் மற்றும் சுரினாம் ஆகிய நாடுகளுக்கு இடையே அமைந்துள்ளது. இந்த நாட்டின் பிரதமராகவும் முதல் துணைக் குடியரசுத் தலைவராகவும் மோசஸ் வீராசாமி நாகமுத்து என்ற தமிழர் பதவி வகித்திருக்கிறார்.

பத்தொன்பதாம் நூற்றாண்டில் பிரிட்டிஷ் ஆட்சியின் கீழிருந்த கயானாவுக்கு இந்தியாவிலிருந்தும் ஆப்பிரிக்காவிலிருந்தும் விவசாய வேலைகளுக்காக மக்களை அழைத்து வந்தனர். இன்றைக்கும் கயானாவின் பெரும்பான்மையான மக்கள் இந்திய மற்றும் ஆப்பிரிக்க வம்சாவளியைச் சேர்ந்தவர்களாக இருக்கின்றனர். அப்படி மதராஸிலிருந்து கயானாவுக்கு இடம்பெயர்ந்த குடும்பங்களில் மோசஸ் வீராசாமி நாகமுத்துவின் குடும்பமும் ஒன்று.

வீராசாமியின் தந்தை நாகமுத்து ராமசாமியும் தாயார் கங்கம்மாவும் கயானாவிலேயே பிறந்து வளர்ந்தவர்கள். அவருடைய தாத்தா பாட்டியினர்தான் இந்தியாவிலிருந்து கயானாவுக்கு அழைத்துச் செல்லப்பட்டவர்கள். இந்தியா சுதந்திரம் பெற்ற அதே ஆண்டில் கயானாவின் பெர்பிஸ் பகுதியில் உள்ள விம் என்ற கிராமத்தில்

மோசஸ் வீராசாமி பிறந்தார். கயானாவில் சுதந்திரப் போராட்டம் தீவிரமாக இருந்த அவருடைய பதினான்கு வயதிலேயே அரசியலுக்கு வந்துவிட்டார். அப்போது மக்கள் முற்போக்குக் கட்சியில் இணைந்து பணியாற்றினார். கயானா 1966ஆம் ஆண்டு பிரிட்டிஷாரிடமிருந்து சுதந்திரம் பெற்றது.

ஆரம்பக் கல்வியை கயானாவின் பெர்பிஸில் உள்ள கோரண்டைன் பகுதியில் ஆக்லைன் ஸ்காட்ஸ் பள்ளியிலும் உயர்நிலைப் பள்ளிக் கல்வியை ரோஸ் ஹால் காம்ப்ரிஹென்சிவ் உயர்நிலைப் பள்ளியிலும் நிறைவு செய்தார்.

உயர்நிலைப் பள்ளிப் படிப்பிற்குப் பிறகு கோரண்டைன் காம்ப்ரிஹென்சிவ் பள்ளியில் ஆசிரியராகப் பணியாற்றினார். அங்கு அவர் பொருளாதாரம் மற்றும் பிரிட்டிஷ் அரசியலமைப்பு போன்ற பாடங்களைக் கற்பித்தார். 1967ஆம் ஆண்டு சார்லஸ் டார்வினின் பரிணாமக் கொள்கை குறித்து வகுப்பில் பாடம் நடத்தியதற்காக அவர் பணியிலிருந்து நீக்கப்பட்டார். டார்வினின் பரிணாமக் கொள்கையைப் பயிற்றுவிப்பது பல பள்ளிகளில் மதம் மற்றும் கலாசார காரணங்களால் சர்ச்சைக்குரியதாகக் கருதப்பட்டது.

டி'எட்வர்ட்ஸ் ரோசிக்னல் உயர்நிலைப் பள்ளியை இணைந்து தோற்றுவித்து அங்கு தன் ஆசிரியர் பணியைத் தொடர்ந்தார். கயானா பல்கலைக்கழகத்தில் உயர்கல்வியைத் தொடர்ந்த அவர் மேற்கிந்தியத் தீவுகள் பல்கலைக்கழகத்தின் ஒரு பகுதியான ஹியூ வுடிங் சட்டப் பள்ளியில் சட்டப் படிப்பை முடித்தார். கன்சாஸ் பல்கலைக்கழகத்தின் ஆலன் ஒயிட் இதழியல் பள்ளியில் 'விருந்தினர் பத்திரிகையாளர்' திட்டத்தின் கீழ் பயிற்சியை மேற்கொண்டார். அகாப்ரே சமூக அறிவியல் கல்லூரியிலும் வெனிசுலா ஸ்பானிஷ் மொழி நிறுவனத்திலும் கல்வி பயின்றார்.

தனது எழுத்துத் திறமையைப் பயன்படுத்தி 1970களில் கயானாவின் புகழ்பெற்ற செய்தி ஊடகமாக இருந்த மிரர் என்ற ஊடக நிறுவனத்தில் பணிக்குச் சேர்ந்தார். அன்றைய எதிர்க்கட்சியான மக்கள் முற்போக்குக் கட்சியின் அதிகாரபூர்வ செய்தி ஊடகமாக மிரர் இருந்தது. கூர்மையான அரசியல் கட்டுரைகளும் சமூக விமர்சனங்களும் கயானா மக்களிடையே பெரும் புகழைத் தேடித்தந்தன. விரைவில் அதன் ஆசிரியராக உயர்ந்தார்.

1971ஆம் ஆண்டு கல்வியாளரான சீதா நாகமுத்துவைத் திருமணம் செய்துகொண்டார். இந்தத் தம்பதியருக்கு ஏஞ்சலா, மரியா, அடேலா மற்றும் மோசஸ் எர்னெஸ்டோ ஆகிய நான்கு பிள்ளைகள் இருக்கின்றனர்.

1992ஆம் ஆண்டு கயானாவில் ஜனநாயக முறைப்படி தேர்தல் நடந்தபோது முதல் முறையாக நாடாளுமன்ற உறுப்பினராகத் தேர்ந்தெடுக்கப்பட்டார். தகவல் தொடர்பு மற்றும் அரசியலமைப்புச் சீர்திருத்தத் துறைகளின் அமைச்சராகவும் பணியாற்றினார்.

சிறந்த நாவலாசிரியரான மோசஸ் வீராசாமி Hendree's Cure என்ற நாவலை 2001ஆம் ஆண்டு வெளியிட்டார். அவருடைய பிறந்த ஊரான விம் (Whim) கிராமத்தில் அவர் வளர்ந்த காலத்தின் நினைவுகளை அடிப்படையாகக் கொண்டது. 1950 மற்றும் 60களில் கயானாவில் வாழ்ந்த இந்திய வம்சாவளி மக்களின், குறிப்பாகத் தமிழர்களின் வாழ்க்கையை இந்தப் புத்தகம் பதிவு செய்திருக்கிறது. மாரியம்மன் வழிபாடு பற்றியும் அதன் மூலம் செய்யப்படும் ஆன்மிகச் சிகிச்சைகள் பற்றியும் இந்தப் புத்தகம் விரிவாகப் பேசுகிறது.

நாற்பதாண்டுக் காலம் மக்கள் முற்போக்குக் கட்சியில் இணைந்து பணியாற்றிய அவர் கட்சியின் கொள்கை மாற்றங்களாலும் அப்போதைய தலைவர்களுடன் ஏற்பட்ட கருத்து வேறுபாடுகள் காரணமாகவும் அங்கிருந்து விலகினார். அப்போதிருந்த சமூகம் இந்திய வம்சாவளியினர் எனத் தனியாகவும் ஆப்பிரிக்க வம்சாவளியினர் எனத் தனியாகவும் பிரிந்திருந்தனர். இனரீதியிலான அரசியலுக்கு மாற்றாக 'மாற்றத்திற்கான கூட்டணி' என்ற கட்சியில் 2011ஆம் ஆண்டு இணைத்துக்கொண்டார்.

2015ஆம் ஆண்டு தேர்தலில் மாற்றத்திற்கான கூட்டணி ஆப்பிரிக்க வம்சாவளியினரைப் பெரும்பான்மையாகக் கொண்டிருந்த APNU என்ற கட்சியுடன் கூட்டணி அமைத்தது. இருபத்து மூன்றாண்டுகளாக ஆட்சியிலிருந்த மக்கள் முற்போக்குக் கட்சியைத் தோற்கடித்து வரலாற்றுச் சிறப்புமிக்க வெற்றியை இந்தக் கூட்டணி பெற்றது. டேவிட் கிரேன்ஜர் தலைமையிலான அரசாங்கத்தில் கயானாவின் பிரதமராகவும் முதல் துணை அதிபராகவும் பதவியேற்றார்.

கயானாவின் பிளவுபட்ட அரசியல் சூழலில் ஒரு தமிழ் வம்சாவளித் தலைவராக இருந்து அனைத்து இன மக்களையும் ஒன்றிணைக்க அவர் பல முயற்சிகளை மேற்கொண்டார்.

கயானாவின் பொருளாதாரம், விவசாயம் மற்றும் சுரங்கத் தொழிலை மட்டும் நம்பியிருக்காமல் பல துறைகளைச் சார்ந்து விரிவுபடுத்த முயன்றார். கயானாவின் புதிய கச்சா எண்ணெய்த் துறையை முறைப்படுத்துவதற்கான ஆரம்பக்கட்ட வேலைகளில் இவரது அரசு முக்கியப் பங்காற்றியது.

ஊழலை ஒழிக்க பல்வேறு நடவடிக்கைகளை மேற்கொண்டார். நிதிப் புலனாய்வுப் பிரிவுகளும் சொத்து மீட்பு நடவடிக்கைகளும் பலப்படுத்தப்பட்டன. இதன் விளைவாக 2018ஆம் ஆண்டு பணமோசடி தொடர்பான சர்வதேசக் கறுப்புப் பட்டியலில் இருந்து கயானா நீக்கப்பட்டது.

வெனிசுலாவுடன் நிலவிய நீண்டகால எல்லைப் பிரச்சினைக் கிடையில் கயானாவின் உரிமையைச் சர்வதேச அரங்கில் நிலைநாட்ட அவர் முயற்சிகளை மேற்கொண்டார்.

மக்களைச் சந்திப்போம் போன்ற புதிய திட்டங்களை முன்னெடுத்தார். இதன் மூலம் பிரதமரும் அமைச்சர்களும் மக்களின் குறைகளை நேரடியாகக் கேட்டறிந்தனர். மக்களோடு மக்களாகப் பல நாள்கள் தங்கியிருந்து உள்கட்டமைப்பு மற்றும் சேவை வழங்கல் தொடர்பான பிரச்சினைகள் குறித்து விவாதித்தனர்.

பாதுகாப்பான சமூகம், மேம்பட்ட கல்வி வாய்ப்புகள் மற்றும் ஆரோக்கியமான வாழ்க்கை முறை ஆகியவற்றுக்கு முக்கியத்துவம் அளிக்கப்பட்டன. ஓய்வூதியதாரர்கள் மற்றும் குறைந்த வருமானம் கொண்ட குடும்பங்களுக்கு 2019ஆம் ஆண்டிற்குள் மொத்தம் 22. 8 பில்லியன் கயானீஸ் டாலர் மானியங்களை அவருடைய அரசாங்கம் வழங்கியது.

2020ஆம் ஆண்டு நடைபெற்ற பொதுத்தேர்தலில் இவருடைய கூட்டணி அரசு மீண்டும் வெற்றி பெற முயற்சி செய்தது வாக்கு எண்ணிக்கையில் முறைகேடுகள் நடந்ததாகப் புகார்கள் எழுந்ததால் பெரும் அரசியல் குழப்பம் ஏற்பட்டது. அமெரிக்கா உள்ளிட்ட சர்வதேச நாடுகளின் அழுத்தம் காரணமாக முறையான மறு

வாக்கு எண்ணிக்கைக்குப் பிறகு எதிர்க்கட்சிக் கூட்டணி வெற்றி பெற்றதாக அறிவிக்கப்பட்டது.

இலக்கியப் படைப்புகள் மற்றும் அரசியல் கட்டுரைகள் மூலம் தொடர்ந்து பொதுவெளியில் இயங்கிவருகிறார். 2024ஆம் ஆண்டு டியர் லேண்ட் ஆஃப் கயானா என்ற நூலை வெளியிட்டார். அவருடைய அரசியல் பயணம் குறித்தும் சுதந்திரத்திற்குப் பிறகான கயானாவின் வளர்ச்சி குறித்தும் இந்தப் புத்தகத்தில் பதிவு செய்திருக்கிறார். 2025ஆம் ஆண்டு மத்தியில் வெளியான மை டர்ன் என்ற கட்டுரைத் தொடர் தேசிய ஆட்சிமுறையையும் வரலாற்றுச் சிறப்புமிக்க தொழிலாளர் போராட்டங்களையும் விவரித்தது.

இதழியல் துறையில் சிறந்த பங்களிப்பை வழங்கியதற்காக *IOJ Scroll of Honor* என்ற விருதினைப் பெற்றார். 2008ஆம் ஆண்டு இந்திய வம்சாவளி மக்கள் கூட்டமைப்பால் *(Global Organization of People of Indian Origin - GOPIO)* ‘சமூக சேவை விருது’ இவருக்கு வழங்கப்பட்டது.

மதங்களுக்கிடையேயான உரையாடலையும் கலாசாரப் பன்முகத் தன்மையையும் எப்போதும் ஆதரிப்பவர். கயானாவின் மக்கள் தொகையில் நாற்பது சதவிகிதமாக இருக்கும் இந்திய வம்சாவளியிலிருந்து வந்தவர் என்றாலும் மோசஸ் வீராசாமி தன்னை தேசியத் தலைவராகவே அடையாளப்படுத்த விரும்புகிறார்.

விவேக் ராமசாமி

2025ஆம் ஆண்டு அமெரிக்க அதிபராகப் பொறுப்பேற்றதும் அரசு நிர்வாகத்தைச் சீரமைக்கவும் தேவையில்லாத செலவீனங்களைக் குறைக்கவும் ஒரு குழுவை உருவாக்கினார் ட்ரம்ப். அந்த அமைப்புக்கு எலான் மஸ்க்கோடு இன்னொரு நபரையும் பொறுப்பாளராக நியமித்தார். தமிழ் வம்சாவளியைச் சேர்ந்த அமெரிக்கரான விவேக் ராமசாமிதான் அந்த இரண்டாவது நபர்.

விவேக்கின் தந்தை கணபதி ராமசாமி அடிப்படையில் ஒரு பொறியாளர். கோழிக்கோடு தேசியத் தொழில்நுட்பக் கழகத்தில் படித்தவர். தஞ்சாவூர், கும்பகோணம் பகுதியிலிருந்து பாலக்காட்டில் குடியேறியவர்களுள் இவருடைய குடும்பமும் ஒன்று. விவேக்கின் தாயார் கீதா பொள்ளாச்சியைச் சேர்ந்தவர். மனநல மருத்துவராக இருக்கிறார். இவர்கள் பாலக்காட்டில் வடக்கஞ்சேரிப் பகுதியில் வசித்தனர். 1970களில் கணபதி ராமசாமியும் அவருடைய சகோதரர்களும் அமெரிக்காவுக்குப் புலம்பெயர்ந்தனர். அமெரிக்காவில் ஆராய்ச்சிப் படிப்பைத் தொடர்ந்து காப்புரிமை சார்ந்த சட்ட நிபுணராக ஒரு தனியார் நிறுவனத்தில் பணியாற்றினார் கணபதி ராமசாமி.

விவேக் ராமசாமி 1985ஆம் ஆண்டு அமெரிக்காவின் ஓஹியோ மாநிலத்தில் உள்ள சின்சினாட்டி நகரில் பிறந்தார். உயர்நிலைப்

பள்ளியில் அவர் தனது வகுப்பிலேயே முதன்மையான மாணவராகவும் தேசிய அளவில் தகுதி பெற்ற டென்னிஸ் வீரராகவும் சிறந்த பியானோ கலைஞராகவும் இருந்தார்.

ஹார்வர்டு பல்கலைக்கழகத்தில் உயிரியல் பாடப்பிரிவில் படித்தார். சிறந்த மதிப்பெண்களுடன் இளங்கலைப் பட்டத்தைப் பெற்றார். ஹார்வர்டில் படித்துக்கொண்டிருந்தபோது அவர் எழுதிய ஆய்வுக் கட்டுரையின் சுருக்கம் 'பாஸ்டன் குளோப்' மற்றும் 'தி நியூயார்க் டைம்ஸ்' ஆகிய இதழ்களில் வெளியிடப்பட்டது. ஹார்வர்ட் அரசியல் சங்கத்தின் தலைவராகவும் தேர்ந்தெடுக்கப்பட்டார். இறுதியாண்டில் படித்தபோது *StudentBusinesses.com* என்ற தொழில்நுட்ப நிறுவனத்தை நண்பர்களுடன் இணைந்து நிறுவினார். இது தொழில்முனைவோரையும் தொழில்நுட்ப நிபுணர்களையும் இணைக்கும் தளமாக இருந்தது. 2009ஆம் ஆண்டு இந்த நிறுவனத்தை வேறொரு நிறுவனம் விலைக்கு வாங்கியது.

ஹார்வர்டில் படித்து முடித்த விவேக் மூன்றாண்டுகள் நியூயார்க்கில் உயிர் அறிவியல் முதலீட்டுத் துறையில் பணியாற்றினார். பின்னர் யேல் பல்கலைக்கழகத்தில் இணைந்து சட்டப் படிப்பை நிறைவு செய்தார்.

படித்து முடித்த விவேக் *QVT Financial* என்ற முதலீட்டு நிறுவனத்தில் பங்குதாரராகச் சேர்ந்தார். அங்கு சுமார் 7 ஆண்டுகள் பணியாற்றினார். பயோடெக்னாலஜி துறையில் செயல்பட்டு வந்த நிறுவனங்களின் பங்குகளைக் கையாள்வதில் கைதேர்ந்தவராக மாறினார். பெரும் அனுபவத்தையும் பல மில்லியன் டாலர்களையும் சம்பாதித்தார். சொந்தத் தொழில் தொடங்குவதற்கான மூலதனத்தையும் நம்பிக்கையையும் இங்கு தான் அவர் பெற்றார்.

2014ஆம் ஆண்டு அவருடைய 29வது வயதில் ரோய்வண்ட் சயின்சஸ் என்ற மருந்து உற்பத்தி நிறுவனத்தை நிறுவினார். மருந்து நிறுவனங்கள் சில காரணங்களால் ஆராய்ச்சித் திட்டங்களைப் பாதியிலேயே கைவிட்டுவிடுவதைக் கவனித்தார். அப்படியான மருந்து ஆராய்ச்சித் திட்டங்களைக் குறைந்த விலைக்கு வாங்கினார். அந்தத் திட்டங்களுக்கு உயிர்கொடுத்து சந்தைக்குக் கொண்டுவந்தார். அவருடைய இந்த வணிக வியூகம் மிகப் பெரிய வெற்றியைப் பெற்றது.

முப்பது வயதுக்குள் அமெரிக்காவின் இளம் கோடீஸ்வரர்களில் ஒருவராகத் தன்னை நிலைநிறுத்திக்கொண்டார். மருந்தியல் துறையில் எந்தத் திட்டங்கள் வெற்றி பெறும் என்பதை முன்கூட்டியே கணிக்கும் அவருடைய அறிவு பெரும் பொருளீட்டுவதற்கான அடிப்படையாக அமைந்தது.

2020ஆம் ஆண்டு ஜப்பான் நிறுவனமான Sumitomo Dainippon, ரோய்வண்டின் ஐந்து துணை நிறுவனங்களை மூன்று பில்லியன் டாலருக்கு விலைக்கு வாங்கியது. மருத்துவத் துறையில் இவருடைய சிறப்பான செயல்பாட்டை அங்கீகரிக்கும் விதமாக ஃபோர்ப்ஸ் இதழின் அட்டைப் படத்தில் இவருடைய படம் இடம்பெற்றது. வர்த்தக உலகில் இது மிகப்பெரிய சாதனையாகப் பார்க்கப்படுகிறது.

2022ஆம் ஆண்டு ஸ்ட்ரைவ் அசெட் மேனேஜ்மென்ட் என்ற முதலீட்டு நிறுவனத்தைத் தொடங்கினார். சுற்றுச் சூழல் கொள்கைகளுக்கு எதிராக லாபத்தை மட்டுமே முன்வைத்து முதலீடு செய்யும் முறையை இந்த நிறுவனம் அறிமுகப்படுத்தியது. இது அவருக்குப் பல விமர்சனங்களைத் தந்ததுடன் பல மில்லியன் டாலர்கள் பணமும் ஈட்டித் தந்தது.

அரசியலில் ஈடுபடுவது என முடிவெடுத்த விவேக் 2021ஆம் ஆண்டு ரோய்வண்ட் நிறுவனத்தின் தலைமைச் செயலதிகாரி பொறுப்பிலிருந்தும் 2023ஆம் ஆண்டு அதன் தலைவர் பொறுப்பிலிருந்தும் விலகினார்.

பிப்ரவரி 2023ஆம் ஆண்டு குடியரசுக் கட்சி சார்பில் அமெரிக்க அதிபர் வேட்பாளருக்கான போட்டியில் களமிறங்குவதாக அறிவித்தார். புதிய அமெரிக்கக் கனவு என்ற முழக்கத்தோடு பிரசாரத்தைத் தொடங்கினார். குடியரசுக் கட்சி வேட்பாளர்களிலேயே மிகவும் இளையவராக விவேக் இருந்தார்.

அமெரிக்க மத்தியப் புலனாய்வு அமைப்பு போன்ற தேவையற்ற அரசு நிறுவனங்களைக் கலைப்பது, சீனாவிடமிருந்து அமெரிக்கா பொருளாதார ரீதியாக முழுமையாக விலகி இருப்பது, வேலைவாய்ப்பு மற்றும் கல்வியில் சாதி, மதம், இன ரீதியான இட ஒதுக்கீடுகளைத் தவிர்த்து தகுதிக்கு மட்டுமே முன்னுரிமை அளிப்பது மெக்சிகோ எல்லையை ராணுவம் மூலம் பலப்படுத்தி சட்டவிரோதக் குடியேற்றத்தைத் தடுப்பது போன்ற திட்டங்களை முன்னிறுத்தித் தேர்தல் பிரசாரம் மேற்கொண்டார்.

அதிபர் வேட்பாளருக்கான விவாதங்களில் இவரது அதிரடியான பேச்சும் வேகமான பதில்களும் பலரைக் கவர்ந்தன. அனுபவம் வாய்ந்த அரசியல்வாதிகளைத் தமது தர்க்க ரீதியான வாதங்களால் திணறடித்தார்.

அவருடைய துணை நிறுவனங்களுள் ஒன்றான ஆக்ஸோவண்ட் நிறுவனம் அல்சைமர் நோய்க்கான மருந்தைத் தயாரித்தது. அது சில ஆய்வுகளில் தோல்வியடைந்தது. இந்தச் சம்பவத்தால் பல முதலீட்டாளர்கள் தங்களுடைய பணத்தை இழந்தனர். ஆனால் விவேக் அவரிடமிருந்த பங்குகளை விற்று ஏராளமான லாபம் ஈட்டினார் எனக் குற்றம்சாட்டப்பட்டது. இந்தக் குற்றச்சாட்டுகளை மறுத்த விவேக் ‘அல்சைமர் நோய்க்காகச் சோதனை செய்யப்பட்ட 99. 7 சதவிகித மருந்துகள் தோல்வியடைந்தவைதான். அவற்றில் இதுவும் ஒன்று. நான் பணம் சம்பாதித்தது என்னுடைய நிறுவனம் தயாரித்த பிற மருந்துகள் மூலமாகத்தான்’ என்றார்.

ஒரு கட்டத்தில் போதிய ஆதரவு கிடைக்காததால் அதிபர் வேட்பாளர் போட்டியிலிருந்து விலகி டொனால்ட் ட்ரம்பை ஆதரித்தார். அதிபராகும் வாய்ப்பு வெகு விரைவிலேயே கைநழுவிப் போனாலும் அமெரிக்க அரசியலில் அப்போது அவர் ஏற்படுத்திய தாக்கம் மிகப் பெரியது.

ஃபாக்ஸ் நியூஸ் உள்ளிட்ட வலதுசாரி ஊடகங்களில் தோன்றத் தொடங்கிய விவேக் அடையாள அரசியலில் ஈடுபடுவோர் மீது கடுமையான விமர்சனங்களை முன்வைத்தார். இனம் சார்ந்த பாகுபாடு எதுவுமற்ற திறமை அடிப்படையிலான முன்னுரிமை என்ற கருத்தை முன்வைத்து ‘தலைகீழ் இனவெறியும் ஒரு இனவெறிதான்’ எனத் தொடர்ந்து பேசிவருகிறார்.

2021ஆம் ஆண்டு விவேக் எழுதி வெளியான புத்தகம் ‘வோக் இன்க்’ (*Woke, Inc.*). முதலாளித்துவத்தின் மீதான விமர்சனத்துடன் தொடங்கி ஓர் அமெரிக்கராக இருப்பதன் அர்த்தம் என்ன என்பதை ஆராய்வதில் முடிகிறது இந்தப் புத்தகம். வெளியான உடனேயே நியூயார்க் டைம்ஸ் சிறந்த விற்பனைப் புத்தகமாக இது தேர்வானது.

2022ஆம் ஆண்டு இவர் எழுதி வெளிவந்த நேஷன் ஆஃப் விக்டிம்ஸ் என்ற புத்தகத்தில் பாதிக்கப்பட்டவர்களாகத் தங்களைக்

கருதிக்கொள்பவர்களின் தேசமாக அமெரிக்கா மாறிவருவதைப் பற்றி விவரித்திருக்கிறார். கேபிடலிஸ்ட் பனிஷ்மென்ட் என்ற புத்தகத்தில் நிறுவனங்கள் மக்களின் பணத்தை வைத்து அவர்களின் விருப்பத்திற்கு மாறாகச் சில சுற்றுச்சூழல் மற்றும் சமூக மாற்றங்களை நிறுவனங்களுக்குள் திணிப்பதாக விவரிக்கிறது. அமெரிக்காவை இன்னும் வலுவானதாக மாற்ற எதுவெல்லாம் அவசியம் என்பதை ட்ரூத்ஸ்: தி ஃப்யூச்சர் ஆஃப் அமெரிக்கா ஃபர்ஸ்ட் என்ற புத்தகத்தில் விளக்கியிருக்கிறார்.

விவேக் ராமசாமியின் மனைவி அபூர்வா ராமசாமி தொண்டை அறுவை சிகிச்சை நிபுணராகப் பணியாற்றிவருகிறார். இவர்களுக்கு இரண்டு மகன்கள் இருக்கின்றனர்.

சமீபத்தில் ஒரு விவாதத்தின்போது விவேக் பின்பற்றும் மதம் குறித்த கேள்வி எழுந்தது. ‘நான் அமெரிக்காவின் பாதிரியாராக இருக்கப் போட்டியிடவில்லை. அதிபராகவோ ஆளுநராகவோதான் போட்டியிடுகிறேன்’ எனச் சொன்னது பார்வையாளர்கள் அனைவரையும் கவர்ந்தது.

விவேக் ராமசாமி தற்போது 2026ஆம் ஆண்டு நடைபெறவுள்ள ஓஹியோ மாநில ஆளுநர் தேர்தலில் குடியரசுக் கட்சி சார்பில் போட்டியிடுகிறார். ஆளுநர் தேர்தலில் போட்டியிடுவதற்காக அரசு செயல்திறன் துறையை (DOGE) வழிநடத்தும் பொறுப்பிலிருந்து 2025ஆம் வருடம் விலகினார். ட்ரம்பின் ஆதரவு அவருக்கு இருப்பதால் அவர் வெற்றி பெறுவார் என எதிர்பார்க்கப்படுகிறது. அப்படி வெற்றிபெற்றால் ஓஹியோவின் முதல் இந்திய ஆளுநராக அவர் வரலாற்றில் இடம் பிடிப்பார்.

சுவாமி சிவசுப்ரமணியன்

இயந்திரக் கற்றல், செயற்கை நுண்ணறிவு, தரவு அறிவியல் ஆகியவை நிறுவனங்களுக்கும் பொது மக்களுக்கும் எட்டுகிற தொழில்நுட்பமாக மாறியதற்கு அமேசான் நிறுவனமும் ஒரு காரணம். அவர்களுடைய அமேசான் வெப் சர்வீசஸ் *(AWS)* என்ற சேவை அந்த வாய்ப்பினை வழங்குகிறது.

AWS சேவை வழியாக இயங்கும் *Amazon SageMaker* முழுமையாக கிளவுடில் இயங்கும் ஒரு தளம். இதற்கான யோசனையும் ஆரம்பக்கட்ட பணிகளும் சென்னையிலிருந்துதான் வடிவம் பெற்றது. தமிழரான சுவாமி சிவசுப்ரமணியன் இந்தத் திட்டத்துக்கான அடித்தளம் அமைத்தவர்

இயந்திரக் கற்றல் மாதிரிகளை உருவாக்குவதும் அவற்றைச் செயல்படுத்துவதும் மிகச் சிக்கலான பணி என்பதை அறிந்தவர். அதற்குத் தனித்துவமான கணினி வசதிகளும் தரவு விஞ்ஞானிகளும் அவசியம் என்பதை உணர்ந்தவர்.

உலகின் மிகச் சிறந்த பத்து தரவு விஞ்ஞானிகளை ஒன்றிணைத்து இந்த இயந்திரக் கற்றல் சேவைக்கான முழுமையான கட்டமைப்பை உருவாக்கும் அடிப்படைப் பணிகளைத் தொடங்கினார். ஒவ்வொன்றையும் மிக நுணுக்கமாகவும் தெளிவாகவும் வடிவமைக்க வேண்டியிருந்தது. இயந்திரக் கற்றலுக்கான ஒரு

பிரத்யேக இயங்குதளத்தை உருவாக்குவதே அவர்களின் இலக்காக இருந்தது. பெரிய விஷயங்களைச் செய்ய வேண்டுமானால் பெரிய கூட்டத்தைவிடத் திறமையான சிறிய குழுவே போதும் என்பதில் உறுதியாக இருப்பவர்.

தனித்துவமான நிபுணத்துவம் இல்லாமல் நிரலாளர்களும் வணிக நிறுவனங்களும் எளிதாகப் பயன்படுத்தும் வகையில் செயற்கை நுண்ணறிவு மற்றும் இயந்திரக் கற்றல் தொழில்நுட்பங்களை அனைவருக்கும் பொதுவானதாக்குவதை இலக்காகக்கொண்டு செயல்படுகிறார்.

மேகக் கணினித் துறையில் சர்வதேச அளவில் தனித்த இடத்தைப் பெற்றவர். டிஸ்ட்ரிபியூட்டட் கம்ப்யூட்டிங் துறையில் முனைவர் பட்டம் பெற்றவர். இன்று பெருநிறுவனங்களுக்கு கிளவுட் கம்ப்யூட்டிங் என்பது ஒரு தவிர்க்க முடியாத அங்கமாக மாறியிருக்கிறது.

2005ஆம் ஆண்டில் அமேசானின் அப்போதைய தலைமைத் தொழில்நுட்ப அதிகாரி வெர்னர் வோகல்ஸ் மற்றும் தலைமைச் செயலதிகாரி ஆண்டி ஜாசி ஆகியோர் பெரிய அளவிலான வினியோகிக்கப்பட்ட அமைப்புகளை உருவாக்குவதற்குத் திறமையான நபர்களைத் தேடிக்கொண்டிருந்தனர். அந்தப் பணிக்கு சுவாமி சிவசுப்ரமணியன் மிகக் கச்சிதமான நபராகப் பொருந்திப்போனார். ஆண்டுக்கு சுமார் நூறு பில்லியன் டாலர்கள் வருமானம் ஈட்டக்கூடிய துறையின் தலைவராகத் தன் அணியுடன் இணைந்து நாற்பதுக்கும் மேற்பட்ட AWS சேவைகளை உருவாக்கியிருக்கிறார்.

பொருளாதாரத்தையும் வாழ்க்கை முறையையும் மேம்படுத்தக்கூடிய மிக முக்கியமான தொழில்நுட்பமாக இன்றைக்கு செயற்கை நுண்ணறிவு உருமாறியிருப்பதைக் கண்ணெதிரே பார்த்துக் கொண்டிருக்கிறோம். அந்தத் தொழில்நுட்பத்தின் திசையைத் தீர்மானிக்கும் நிறுவனங்களுள் ஒன்றான அமேசான் நிறுவனத்தில் *Agentic AI* மற்றும் அமேசான் வெப் சர்வீசஸ் துறையின் துணைத் தலைவராக இருக்கிறார் சிவசுப்ரமணியன். தொழில்நுட்பத் துறையில் உயர்மட்டத் தலைவர்கள் வசிக்கும் சியாட்டில் தற்போது வசித்து வருகிறார்.

சிவசுப்ரமணியன் தலைமையிலான குழு உருவாக்கிய *Amazon Bedrock* சேவை இன்று உலகம் முழுவதும் ஒரு லட்சத்திற்கும் மேற்பட்ட நிறுவனங்களின் ஜெனரேட்டிவ் ஏஐ தேவைகளைப் பூர்த்தி செய்கிறது. ஸ்டார்ட்-அப் நிறுவனங்கள் முதல் உலகளாவிய பெருநிறுவனங்கள் வரை அனைத்துத் துறைகளிலும் பாதுகாப்பான, அதிவேகமான *AI* செயலிகளையும் ஏஜெண்டுகளையும் உருவாக்க இந்தத் தளம் உதவுகிறது.

2012ஆம் ஆண்டு வெளியான *Amazon DynamoDB* உருவாக்கத்தில் சிவசுப்ரமணியனின் பங்களிப்பு மிக முக்கியமானது. அமேசானில் இண்டர்ன்ஷிப் மாணவராக அவர் இருந்தபோது அமேசான் தளம் மிகப் பெரிய தொழில்நுட்ப முடக்கத்தைச் சந்தித்தது. தரவுதளத்தில் ஏற்பட்ட ஒரு சிக்கல்தான் இதற்குக் காரணம் எனக் கண்டுபிடித்தனர். அனுபவம் வாய்ந்த நிபுணர்கள் கூடி தவறுகளைத் திருத்தும் ஓர் ஆவணத்தைத் தயாரித்துக்கொண்டிருந்தனர். ‘இந்தச் சின்ன வேலைக்கு எதற்காகச் சிக்கலான ரிலேஷனல் டேட்டாபேஸை நாம் பயன்படுத்துகிறோம்? இதற்கு இவ்வளவு தொழில்நுட்பக் கட்டமைப்பு தேவையில்லையே’ என்ற கேள்வியை எழுப்பினார் சிவசுப்ரமணியன்.

அவர் கேட்ட அந்த ஒரு கேள்வி அனைவரையும் சிந்திக்க வைத்தது. அதை நோக்கிய பணிகளைத் தொடங்கினர். 2007ஆம் ஆண்டு அவரது குழுவோடு சேர்ந்து *Dynamo* என்ற ஆய்வுக் கட்டுரையை வெளியிட்டார். இந்த *Dynamo* தொழில்நுட்பம் தான் *NoSQL* என்ற தரவுதளப் புரட்சிக்கு வித்திட்டது. இன்று நாம் பயன்படுத்தும் இணையதளங்களும் பல நவீனச் செயலிகளும் தடையின்றி இயங்குவதற்கு இந்த ஆராய்ச்சிதான் அடிப்படையாக இருக்கிறது.

முதலில் தங்களுக்காக மட்டுமே கிளவுட் வசதியை உருவாக்கியது அமேசான் நிறுவனம். இதை உருவாக்கப் போராடும் பிற நிறுவனங்களுக்கும் ஏன் இதை விற்கக்கூடாது என்று யோசித்தனர். அந்தப் புதிய யோசனையில் பிறந்ததுதான் *AWS* என்ற மூன்றெழுத்து மந்திரம்.

இன்றைய காலகட்டத்தில் வணிக நிறுவனங்கள் சுறுசுறுப்பாகச் செயல்படுவது அவசியம். தகவல் தொழில்நுட்பச் செயல்பாடுகள், அதிகம் செலவாகும் வன்பொருள் கொள்முதல் என்ற

நிலையிலிருந்து மாறி ஒரு சில நிமிடங்களிலேயே கிளவுட் இன்ஸ்டன்ஸ்களை உருவாக்கும் நிலைக்கு மாறியிருக்கின்றன. மில்லியன் கணக்கான வாடிக்கையாளர்களோடு வெற்றிகரமான திட்டமாக வரலாற்றில் இடம் பிடித்திருக்கிறது AWS.

2022ஆம் ஆண்டு அமெரிக்க வர்த்தகத்துறை தேசிய நுண்ணறிவு ஆலோசனைக் குழுவிற்கு இருபத்தேழு நிபுணர்களை நியமித்தது. சுவாமி சிவசுப்ரமணியனும் அவர்களில் ஒருவர். செயற்கை நுண்ணறிவு சார்ந்த ஆராய்ச்சி, நெறிமுறைகள், பாதுகாப்பு, கல்வி மற்றும் பொருளாதாரப் போட்டித்திறன் போன்ற பல்வேறு தலைப்புகளில் அரசுக்குத் தேவையான ஆலோசனைகளையும் தொழில்நுட்பத் தகவல்களையும் வழங்குவது இந்தக் குழுவின் முதன்மையான பணி.

ஐயோவா மாநில பல்கலைக்கழகத்தில் கணினி பொறியியலில் முதுகலைப் பட்டமும் ஆம்ஸ்டர்டாமில் உள்ள விரிஜே பல்கலைக்கழகத்தில் கணினி அறிவியலில் முனைவர் பட்டமும் பெற்ற சிவசுப்ரமணியன் இருநூற்று ஐம்பதுக்கும் மேற்பட்ட காப்புரிமைகளைப் பெற்றுள்ளார். நாற்பதுக்கும் மேற்பட்ட ஆய்வுக்கட்டுரைகளை எழுதியுள்ளார்.

செயற்கை நுண்ணறிவை கற்க விரும்பும் மக்களுக்காக AWS குழுமம் ஆர்வமுள்ள எவரும் பயிலும் வகையில் ML University என்ற சான்றிதழ் திட்டத்தைத் தொடங்கியது. முற்றிலும் இலவசமான இந்தத் திட்டத்தில், தொடங்கப்பட்ட முதல் 48 மணி நேரத்திற்குள்ளேயே ஒரு லட்சம் பேர் பதிவு செய்தனர்.

பிடித்த பாடத்தைப் பற்றி ஆழமாகத் தெரிந்துகொள்ள வேண்டும் என்பதில் ஆர்வமுள்ளவர். கணிதத்தின் அடிப்படை, புள்ளியியல், லீனியர் அல்ஜீப்ரா, இயங்குதளங்கள் மற்றும் விநியோகிக்கப்பட்ட அமைப்புகள் ஆகியவற்றை நீக்கமறக் கற்றவர். வாழ்நாள் முழுமைக்கும் கற்றுக்கொண்டே இருப்பதும் அவருடைய இயல்புகளுள் ஒன்று. தொழில்நுட்பம் என்பது சிக்கலானதாக இருக்கக்கூடாது; அது அனைவராலும் பயன்படுத்தக்கூடிய எளிய கருவியாக மாற வேண்டும் என்பதே சிவசுப்ரமணியனின் முக்கியமான நோக்கம்.

‘செயற்கை நுண்ணறிவு என்பது மனிதர்களுக்குப் பதிலாகச் செயல்படுவதல்ல. மாறாக மனிதர்களின் திறனை மேம்படுத்துவது’.

செயற்கை நுண்ணறிவைப் பயத்தோடு அணுகுபவர்களுக்கு அவர் சொல்லும் நம்பிக்கை வார்த்தைகள் இவை.

உலகின் முன்னணி தரவுதளம் மற்றும் கணினி அறிவியல் மாநாடுகளில் பங்கேற்றுவரும் இவர், அமேசானின் மிகப் பெரிய வருடாந்திர தொழில்நுட்ப மாநாட்டில் செயற்கை நுண்ணறிவு மற்றும் தரவுதளங்களின் எதிர்காலம் குறித்து ஒவ்வோர் ஆண்டும் முக்கியமான உரைகளை நிகழ்த்துகிறார்.

'இன்றே முதல் நாள்' என்பது அமேசான் நிறுவனர் ஜெஃப் பெசோஸ் பின்பற்றும் வணிகத் தத்துவம். இரண்டாவது நாள் என்ற ஒன்று இருக்குமானால் அது தேக்க நிலையைக் குறிக்கிறது என்பதில் ஆழ்ந்த நம்பிக்கை கொண்டவர். இந்தத் தத்துவத்தைப் பின்பற்றும் சிவசுப்ரமணியனும் எவ்வளவு பெரிய சாதனைகளைச் செய்தாலும் ஒரு புதிய நிறுவனத்தின் தொடக்க நாளில் இருக்கும் அதே வேகத்தோடும் வாடிக்கையாளர்களின் தேவைகளை நிறைவேற்றும் முனைப்போடும் தொடர்ந்து செயல்படுகிறார்.

சிவசுப்ரமணியன் ஒரு சிறந்த சமையல் கலைஞரும் கூட. சிக்கலான இயந்திரக் கற்றல் மாதிரிகளை உருவாக்குவதற்கும் ஒரு சுவையான உணவைத் தயாரிப்பதற்கும் இடையே பெரிய வேறுபாடு இல்லை. இரண்டிலுமே நுணுக்கமான அளவீடுகளும் பொறுமையும் தொடர் சோதனைகளும் அவசியம் என்பது அவரது எண்ணம்.

அறிவியல் மற்றும் தொழில்நுட்ப ரீதியிலான செயற்கை நுண்ணறிவு குறித்த உலகளாவிய செய்திகளை வழங்கும் தளமான *AI Wire*, உலகின் கவனிக்கப்பட வேண்டிய நபர்களில் ஒருவராக சிவசுப்ரமணியனை 2025ஆம் ஆண்டு பட்டியலிட்டது.

அர்ஜுன் அப்பாதுரை

1949ஆம் ஆண்டு மும்பையில் பிறந்தவர் அர்ஜுன் அப்பாதுரை. சுதந்திரத்துக்குப் பிந்தைய இந்தியாவில் சமூக அரசியல் மாற்றங்களுக்கு மத்தியில் வளர்ந்ததால் தேசியம், பன்முகத்தன்மை குறித்த தெளிவான பார்வை இயல்பாகவே அவரிடம் இருந்தது.

மும்பையில் புகழ்பெற்ற புனித சேவியர் உயர்நிலைப்பள்ளியில் பள்ளிக்கல்வியை முடித்தார். எல்ஃபின்ஸ்டோன் கல்லூரியில் இடைநிலை கலைப் பட்டத்தைப் பெற்றார். மேற்படிப்பிற்காக அமெரிக்காவுக்குக் குடிபெயர்ந்து பிராண்டீஸ் பல்கலைக்கழகத்தில் இளங்கலைப் பட்டமும் சிகாகோ பல்கலைக்கழகத்தில் முதுகலைப் பட்டம் பெற்று ஆய்வுப் படிப்பையும் தொடர்ந்தார். 1976ஆம் ஆண்டு மானுடவியலில் முனைவர் பட்டம் பெற்றார். கிளிஃபோர்ட் கீர்ட்ஸ், மார்ஷல் சாஹ்லின்ஸ் போன்ற துறைசார் அறிஞர்களின் வழிகாட்டுதலில் பயின்றதால் அவருடைய ஆய்வுகள் ஆழமான தத்துவப் பின்னணியைக் கொண்டதாக இருக்கின்றன.

முனைவர் பட்டம் பெற்ற பிறகு பென்சில்வேனியா பல்கலைக்கழகத்தில் மானுடவியல் துறையில் பதினாறாண்டுகள் பேராசிரியராகப் பணியாற்றினார். அந்தப் பல்கலைக் கழகத்திற்குட் பட்ட அருங்காட்சியகத்தின் ஆசியப் பிரிவுக்கு ஆலோசகராகவும் செயல்பட்டார். அதன்பிறகு சிகாகோ பல்கலைக்கழகத்தில் பேராசிரியராக இணைந்தார். யேல் பல்கலைக்கழகத்திலும் லத்தீன்

அமெரிக்கா, ஐரோப்பா, இந்தியா போன்ற நாடுகளின் புகழ்பெற்ற பல்கலைக்கழகங்களிலும் பேராசிரியராகப் பணியாற்றியிருக்கிறார்.

கலிபோர்னியாவின் பாலோ ஆல்டோவில் உள்ள அறிவியல் மேம்பாட்டு ஆய்வு மையம், பிரின்ஸ்டனில் உள்ள *Institute for Advanced Study* ஆகியவற்றில் தங்கி ஆய்வு செய்யும் வாய்ப்புகளைப் பெற்றார். 1997ஆம் ஆண்டு அமெரிக்கக் கலை மற்றும் அறிவியல் அமைப்பின் உறுப்பினராகவும் தேர்ந்தெடுக்கப்பட்டார்.

நெதர்லாந்தின் ரோட்டர்டாமில் உள்ள எராஸ்மஸ் பல்கலைக்கழகமும் லண்டன் பல்கலைக்கழகத்தின் ஓர் அங்கமான கோட்ஸ்மித்ஸ் பல்கலைக்கழகமும் இவருக்குக் கௌரவ முனைவர் பட்டங்களை வழங்கியிருக்கின்றன.

நியூயார்க் பல்கலைக்கழகத்தில் ஊடகம், கலாசாரம் மற்றும் தகவல் தொடர்புத் துறையில் பேராசிரியராகவும் பொது அறிவு நிறுவனத்தின் மூத்த ஆய்வாளராகவும் செயல்பட்டு வருகிறார். பெர்லினில் உள்ள ஹம்போல்ட் பல்கலைக்கழகம், ரோட்டர்டாம் எராஸ்மஸ் பல்கலைக்கழகம் ஆகியவற்றில் கௌரவப் பேராசிரியராகப் பணியாற்றுகிறார். மும்பையில் உள்ள டாட்டா சமூக அறிவியல் நிறுவனத்திலும் ஜெர்மனியில் கோட்டிங்கனில் உள்ள மேக்ஸ் பிளாங்க் நிறுவனத்திலும் கௌரவப் பதவிகளை வகித்து வருகிறார்.

பன்முக கலாசாரப் பின்னணியில் வளர்ந்து உலகளாவிய கோட்பாட்டாளராக அறியப்பட்டிருக்கும் அர்ஜுன் அப்பாதுரை ஆரம்பக்கட்டத்தில் தெற்காசியாவில் இனவரைவியல் என்ற தலைப்புகளில் ஆழமாக ஆராய்ச்சியில் ஈடுபட்டார். தற்போது கலாசார மாற்றங்கள் குறித்தும் உலகமயமாக்கல் தொடர்பாகவும் தொடர்ந்து ஆய்வுகளை மேற்கொண்டு வருகிறார்.

இந்தியப் பாரம்பரியப் பின்னணியோடு அமெரிக்காவின் கலாசாரத்தோடு அவர் வாழ்ந்த அனுபவங்கள்தான் புலம்பெயர்ந்தவர்களின் அடையாளங்கள் குறித்த அவருடைய புகழ்பெற்ற கட்டுரைகளுக்கு விதையாக இருந்தது. அவருடைய கோட்பாடுகள் மானுடவியல், ஊடக ஆய்வுகள், சமூகவியல், நகர்ப்புற ஆய்வுகள் மற்றும் கலாசாரக் கோட்பாடு ஆகிய பல்வேறு துறைகளில் பல விவாதங்களை உருவாக்கியுள்ளன.

ஆங்கிலேயர்கள் அறிமுகப்படுத்திய கிரிக்கெட் விளையாட்டு எப்படி இந்தியர்களின் கலாசாரத்தில் ஊறிய தேசிய உணர்வாக மாறியது என்பதை *'Playing with Modernity'* என்ற அவருடைய புகழ்பெற்ற கட்டுரையில் பதிவு செய்திருக்கிறார்.

அவருடைய புத்தகங்கள் உலகின் பல மொழிகளில் மொழிபெயர்க்கப்பட்டுள்ளன. *'Worship and Conflict under Colonial Rule: A South Indian Case'* என்ற புத்தகம் காலனித்துவ ஆட்சியின்போது ஏற்பட்ட சமூக, மத மாற்றங்கள் குறித்து ஆய்வு நோக்கில் எழுதப்பட்டது. சென்னை திருவல்லிக்கேணியில் உள்ள பார்த்தசாரதி கோயிலை மையமாக வைத்து அந்த ஆய்வுகள் மேற்கொள்ளப்பட்டன.

நவீன சமூக அறிவியல் மற்றும் கலாசார ஆய்வுகளில் மிக முக்கியமான படைப்பாக *'Modernity At Large'* புத்தகம் கருதப் படுகிறது. புலம்பெயரும் மக்கள், உலகளாவிய ஊடக பிம்பங்கள், தொழில்நுட்பப் பரவல், பணப்புழக்கம், அரசியல் சித்தாந்தங்கள் ஆகிய ஐந்து கூறுகளைச் சார்ந்து கலாசார உலகமயமாக்கலை மிகத் தெளிவாக விளக்கியிருக்கிறார்.

அர்ஜுன் அப்பாதுரையும் நெட்டா அலெக்சாண்டரும் இணைந்து எழுதிய *'Failure'* என்ற புத்தகம், நவீனத் தொழில்நுட்பமும் நிதி அமைப்புகளும் எவ்வாறு செயல்படுகின்றன என்பது குறித்த அதிர்ச்சிகரமான பார்வையை முன்வைக்கிறது. *Banking on Words, Fear of Small Numbers, The Future as Cultural Fact, Gender- Genre and Power in South Asian Expressive Traditions* ஆகிய புத்தகங்களும் பரவலான கவனம் பெற்றவை.

புகழ்பெற்ற வரலாற்றாசிரியரும் மானுடவியலாளருமான கரோல் ப்ரெக்கன்ரிட்ஜ் என்பவரைத் திருமணம் செய்துகொண்டார். மனைவியுடன் இணைந்து 1988ஆம் ஆண்டு *Public Culture* என்ற இதழைத் தொடங்கினார். உலக அளவில் கலாசார ஆய்வுகளுக்கு மிக முக்கியமான இடத்தைப் பெற்றது இந்த இதழ். சர்வதேச கலாசார ஆய்வுகள், எல்லை தாண்டிய கலாசாரச் செயல்பாடுகள், அரசியல் உள்ளிட்ட துறைகளில் இந்த இதழ் கவனம் செலுத்தி வருகிறது. இருவரும் இணைந்து எழுதிய *The Sacred in the Secular* என்ற புத்தகம் தெற்காசியக் கோயில்கள் மற்றும் பொதுவெளிகள் எவ்வாறு அரசியல் அடையாளங்களை உருவாக்குகின்றன என்பதை ஆவணப்படுத்தியது.

பெருகிவரும் இடப்பெயர்வுகளையும் மோதல்கள் நிறைந்த உலகளாவிய சூழலையும் அறிஞர்களும் மாணவர்களும் புரிந்துகொள்ள இவரது கோட்பாடுகள் பெரிதும் உதவுகின்றன. வெறும் கோட்பாட்டாளராக மட்டும் இல்லாமல் தாம் பெற்ற கல்வியை சமூக நீதிச் செயல்பாடுகளுக்கு உதவும் வகையில் ஒரு பொது மானுடவியலாளராகச் செயல்பட்டு வருகிறார். மும்பை போன்ற நகரங்களில் நகர்ப்புறத் திட்டமிடல், குடிசைப்பகுதி மற்றும் கீழ்த்தட்டு மக்கள் இயக்கங்களில் ஈடுபாட்டோடு செயலாற்றினார்.

பெருநகரங்களில் வாழும் விளிம்புநிலை மக்களின் வாழ்க்கை முறையையும் நகர்ப்புற மாற்றங்களைக் குறித்து ஆராயவும் மும்பையில் *PUKAR (Partners for Urban Knowledge, Action and Research)* என்ற லாப நோக்கமற்ற ஆராய்ச்சி நிறுவனத்தைத் தொடங்கினார். மும்பையில் உள்ள *SPARC (Society for the Promotion of Area Resource Centres)* என்ற குடிசைப்பகுதி மக்கள் மற்றும் நடைபாதைவாசிகளின் உரிமைகளுக்காகப் போராடும் அமைப்பில் இணைந்து பணியாற்றினார்.

ஜனநாயகப் பன்முகத்தன்மைக்கு அச்சுறுத்தலாக விளங்கும் இன்றைய சர்வதேச அரசியல் சூழலில் அடையாளம், பயம் மற்றும் கற்பனை குறித்த அப்பாதுரையின் ஆய்வுகள் முன்னெப்போதையும் விட இன்று அவசியமானவையாக இருக்கின்றன. புதிய உலகங்களைக் கற்பனை செய்யும் திறன் என்பது ஆடம்பரமோ தனிநபர் சார்ந்த விஷயமோ அல்ல. அது முக்கியமான அரசியல் மற்றும் கலாசாரச் செயல்பாடு என்பதை பொதுமக்களுக்கு நினைவூட்டிக்கொண்டே இருக்கிறார்.

ஒரு பொருள் வெறும் சந்தை மதிப்புள்ள ஒன்று மட்டுமல்ல. அதற்கு ஒரு 'சமூக வரலாறு' உண்டு என்பதை அவர் விளக்கினார். பொருள்கள் பரிமாறப்படும்போது அவற்றுடன் கலாசார மதிப்பீடுகளும் பரிமாறப்படுகின்றன என்பதை மானுடவியல் ரீதியாக அவர் நிறுவினார்.

'எதிர்காலம் என்பது தானாக நடக்கும் ஒன்றல்ல. அது நாம் கலாசாரம் வழியாகக் கட்டமைப்பது. விளிம்புநிலை மக்கள் தங்கள் எதிர்காலத்தை நோக்கிப் பயணம் செய்வதற்கான திறனை வளர்த்துக்கொள்வதே உண்மையான சமூக மாற்றம்'

என்கிறார் அர்ஜுன் அப்பாதுரை. உலகமயமாக்கல் ஆய்வுகளில் முன்னோடியாகவும் அந்தத் துறைக்கு அடித்தளமிட்டவராகவும் கருதப்படும் அர்ஜுன் அப்பாதுரை உலகளவில் சாதித்த தமிழர்களுள் ஒருவராகச் செயல்பட்டுக்கொண்டிருக்கிறார்.

மனோஜ் நைட் ஷியாமளன்

2002ஆம் ஆண்டு. அமெரிக்காவின் புகழ்பெற்ற நியூஸ்வீக் வார இதழ் ‘அடுத்த ஸ்பீல்பெர்க்’ என்ற அடைமொழியோடு ஓர் அட்டைப்படத்தை வெளியிட்டது. அந்தப் புகைப்படத்தை அலங்கரித்தவர் மனோஜ் நைட் ஷியாமளன். புதுச்சேரியின் மாஹே மாவட்டத்தில் பிறந்தவர். ஒருவர் உலகின் எந்த மொழியில் திரைப்படம் இயக்கிக்கொண்டிருந்தாலும் அவருக்கு இந்த அங்கீகாரம் பெருமைக்குரியது. ஏனெனில் திரைக்கலையைக் கொண்டாடும் அனைவரும் மதிக்கும் திறமை மிகுந்த ஹாலிவுட் இயக்குநர் ஸ்டீவன் ஸ்பீல்பெர்க்.

மனோஜ் பிறந்த சில வாரங்களிலேயே அவருடைய குடும்பம் அமெரிக்காவின் பென்சில்வேனியா மாகாணத்திற்குப் புலம் பெயர்ந்தது. மனோஜின் தந்தை நெல்லியாட்டு சி.ஷியாமளன், மாஹேவைச் சேர்ந்தவர். நரம்பியல் மருத்துவர். தாயார் ஜெயலட்சுமி மகப்பேறு மருத்துவர். சென்னையைச் சேர்ந்தவர்.

தமிழ் வம்சாவளியைச் சேர்ந்த இந்திய இளைஞனான மனோஜ் நைட் ஷியாமளன் ஹாலிவுட்டில் தன் வித்தியாசமான படைப்புகளின் மூலம் உலக அளவில் கவனம் ஈர்த்தவர்.

தங்களைப்போலவே மகனும் மருத்துவராவார் என எதிர்பார்த்தனர் அவருடைய பெற்றோர். ஒருநாள் ‘நியூயார்க் திரைப்படக் கல்லூரியில் சேர்ந்திருக்கிறேன். அதுதான் சிறந்த கல்லூரி.

உதவித்தொகையும் கிடைக்கும்' எனத் தந்தை முன்பு போய் நின்றார். அவரிடமிருந்து எந்தப் பதிலும் இல்லை. கலைகளின் மீது ஆர்வம்கொண்ட அம்மா அவருடைய முடிவை மகிழ்ச்சியாக ஒப்புக்கொண்டார். அது போதுமே. கேமராவைத் தூக்கிக்கொண்டு கிளம்பிவிட்டார். படித்துக்கொண்டிருந்தபோதே நண்பர்களுடன் சேர்ந்து நாற்பத்தைந்து குறும்படங்களை இயக்கினார்.

இருபத்தொராவது வயதில், 'பிரேயிங் வித் ஆங்கர்' என்ற திரைப்படத்தை இயக்கி நடிக்கவும் செய்தார். அப்போது அவர் கல்லூரியில் படித்துக்கொண்டிருந்தார். சென்னையிலும் இந்தத் திரைப்படத்தின் படப்பிடிப்பு நடந்தது. பெரும்பாலும் திரைப்பட விழாவில் மட்டுமே திரையிடப்பட்ட அந்தப் படத்தை அவருடைய குடும்பத்தினர் தவிர வேறு யாரும் பார்க்கவில்லை. 'உன் படத்தில் வெள்ளையர்களை நடிக்க வை. அப்புறம் பார்' என அவருடைய அப்பா அறிவுரையாகச் சொன்னதை அடுத்தடுத்த படங்களில் செயல்படுத்தினார். வெற்றியும் பெற்றார்.

நவீன திரைத்துறை உலகில் சிந்தனையைத் தூண்டும் பல ஹாலிவுட் படங்களை இயக்கியவர் மனோஜ். அவர் இயக்கி 1999ஆம் ஆண்டு வெளியான 'தி சிக்ஸ்த் சென்ஸ்' திரைப்படம் மிகப் பெரிய வெற்றியையும் பல விருதுகளையும் பெற்றுத் தந்தது. ஒரு பில்லியன் அமெரிக்க டாலர்களுக்கும் மேல் வசூல் செய்து சாதனை படைத்தது.

இந்தப் படத்தில் இடம்பெற்ற, 'நான் இறந்தவர்களைப் பார்க்கிறேன்' என்ற வசனம் இன்றைக்கும் அமெரிக்காவில் பிரபலமானது. படம் வெளியான சமயத்தில் டிசர்ட்கள், விளம்பரங்கள், மேடை நாடகங்கள், புத்தகங்கள் என எங்கும் இநத வசனமே நிறைந்திருந்தது.

Master of Suspense எனப் போற்றப்படும் பார்வையாளர்களை இருக்கையின் நுனியில் அமரவைக்கும் தனித்துவமான இயக்குநர் ஆல்ஃபிரட் ஹிட்ச்காக்கோடு ஒப்பிட்டு ரசிகர்கள் மனோஜைக் கொண்டாடியபோது அவர் முப்பது வயதைக்கூடத் தொட்டிருக்க வில்லை. அன்பிரேக்கபிள், சைன்ஸ், தி வில்லேஜ் ஆகிய ஆரம்ப கால திரைப்படங்கள் பெற்ற வணிகரீதியான வெற்றி ஹாலிவுட்டில் திறமை மிக்க இயக்குநர்களின் பட்டியலில் இவரைக் கொண்டுசேர்த்தது.

உளவியல் ஆய்வுகளோடு பல ஆழமான திருப்புமுனைகளைக் கொண்டு அவர் கதை சொல்லும் திறன் தனித்துவமானது. ஒவ்வொரு காட்சியும் உணர்வுபூர்வமாகவும் அறிவுபூர்வமாகவும் இருக்க வேண்டும் என்பதில் மெனக்கெடுவார்.

அவருடைய முந்தைய படங்களைத் தொடர்புபடுத்தி அடுத்தடுத்த படங்களைப் பார்வையாளர்கள் எதிர்பார்க்கத் தொடங்கினர். அந்தப் புள்ளியில்தான் அவர் பெரும் அழுத்தத்தைச் சந்தித்தார். இந்த அழுத்தம்தான் படைப்பு ரீதியிலான முடிவுகளையும் அவருடைய திரைப்பயணத்தின் திசையையும் மாற்றியமைத்தது. ரசிகர்கள் கட்டமைத்திருந்த பிம்பத்திலிருந்து விலகி நிற்க முடிவெடுத்தார். அதற்குப் பிறகான அவருடைய திரைப்பயணத்தில் கடுமையான சவால்களையும் விமர்சனங்களையும் எதிர்கொள்ள நேர்ந்தது.

அவருடைய அடுத்த படமான ‘லேடி இன் த வாட்டர்’ திரைப்படத்தின் உருவாக்கம் அவருக்கு மிக நெருக்கமானது. தன்னுடைய குழந்தைகளுக்குச் சொல்லும் கதைகளிலிருந்து உத்வேகம் பெற்ற மனோஜ் நவீன காலத்துத் தேவதை கதையைத் திரைப்படமாக உருவாக்க நினைத்தார். முந்தைய திரைப்படங்களின் மூலமாகப் பெரும் வெற்றியைப் பெற்றிருந்தபோது இந்தப் படத்திற்கான எண்ணம் வலுப்பெறத் தொடங்கியது. இந்தத் திரைக்கதை வடிவம் பெற்று வளரத் தொடங்கியபோது அவருடைய சொந்த வாழ்க்கையைப் பிரதிபலிக்கும் கூறுகளும் அதிலிருந்ததைக் கவனிக்க முடிந்தது. இந்தக் கதையை வடிவமைப்பது அவருக்கு அத்தனை எளிதாக இருக்கவில்லை. பொதுவான ரசனைக்கும் அவரது தனித்துவமான கலைத்திறனுக்கும் இடையில் சமநிலையைப் பேணுவதில் ஏராளமான சிக்கல்கள் எழுந்தன.

இந்தக் கதை உருவாக்கத்தின்போதே நெருக்கமானவர்களிடமிருந்து கலவையான விமர்சனங்கள் எழுந்தன. இந்தத் திரைப்படம் சந்தையில் வெற்றிபெறுமா என்ற சந்தேகம் பலருக்கும் இருந்தது. ஆனால் மனோஜ் இதைச் செய்தே ஆக வேண்டும் என்பதில் பிடிவாதமாக இருந்தார். சொல்லப்பட வேண்டிய ஒரு கதையைச் சொல்லியே தீர வேண்டும் என்பதில் உறுதியாக இருந்தார்.

தயாரிப்பு நிறுவனங்களோடு இணக்கமாக இருப்பது ஓர் இயக்குநருக்கு மிக முக்கியமானது. நினைத்தபடியே தன்னுடைய

படைப்பை அதே ஒழுங்கோடு வெளிக்கொண்டுவர இந்த உறவு அவசியமானது. தனது முந்தைய வெற்றிப் படங்களால் டிஸ்னி நிறுவனத்துடனான மனோஜின் உறவும் அப்படித்தான் இருந்தது. ஆனால், இந்தப் பட வேலைகளின்போது உறவில் விரிசல் விழத் தொடங்கியது. மனோஜின் மாறுபட்ட பார்வை டிஸ்னிக்கு கவலையளித்தது. இந்தப் படத்தைச் சந்தைப்படுத்துவது தொடர்பாகச் சந்தேகம் எழுப்பியது. இதனால் மனோஜ் வேறு தயாரிப்பு நிறுவனத்தைத் தேடத் தொடங்கினார்.

அப்படித்தான் வார்னர் ப்ரோஸ் நிறுவனத்துடன் கைகோர்த்தார். ஆனால் மிக விரைவில் அங்கும் பிரச்னைகளை எதிர்கொள்ள நேர்ந்தது. மனோஜின் படைப்புத்திறனை டிஸ்னியை விடச் சிறப்பாகக் கொண்டாடுவோம் என வார்னர் ப்ரோஸ் சொன்னது வெறும் காகிதங்களில் மட்டுமே பதிவானது. இந்தப் படம் வணிக ரீதியிலான வெற்றியைப் பெறத் தயாரிப்பு நிர்வாகம் எடுத்த முயற்சி திரைக்கதை மாற்றத்தில் தொடங்கி நடிகர்கள் தேர்வு வரை நீண்டது. இதனால் அடிக்கடி மோதல்கள் உருவாகின.

திரைப்படத்தின் வெளியீட்டுத் தேதி நெருங்கிக்கொண்டிருந்தது. முந்தைய படங்களில் அவர் நிகழ்த்திய மாயாஜாலத்தை எதிர்பார்த்துக் காத்திருந்தனர் ரசிகர்கள். அவர்களிடையே நிலவிய அந்த பலத்த எதிர்பார்ப்பு மனோஜுக்குக் கூடுதல் அழுத்தத்தைக் கொடுத்தது.

திரைப்படம் வெளியானதிலிருந்தே விமர்சகர்களின் கருத்துகள் கலவையாகவே இருந்தன. சிலர் துணிச்சலான கதை சொல்லும் முறையையும் தனித்துவமான கதையையும் பாராட்டினர். அவரது படைப்பாற்றலையும் வழக்கமான கதை சொல்லும் உத்திகளிலிருந்து விலகிச் செயல்படும் அவரது விருப்பத்தையும் அவர்கள் வரவேற்றனர். பலர் அவருடைய சுய திருப்திக்காக எடுக்கப்பட்டது என்றும் சிக்கலான கதையோட்டம் கொண்டது என்றும் விமரிசித்தனர். ஒரு முக்கியக் கதாபாத்திரத்தில் அவரே நடித்த அவரது முடிவையும் சிலர் கேள்விக்குள்ளாக்கினர்.

பொதுமக்களின் எதிர்வினையும் இருவேறாகப் பிரிந்தே இருந்தது. சிலர் இதைத் துணிச்சலான கற்பனைத் திறன் மிக்க படைப்பு எனச் சொல்லப் பலரும் குழப்பத்துடனும் ஏமாற்றத்துடனும் திரையரங்குகளை விட்டு வெளியேறினர். மோசமான படங்களைப்

பகடி செய்து தரப்படும் கோல்டன் ராஸ்பெர்ரி விருது இந்தப் படத்திற்கு வழங்கப்பட்டது. மோசமான இயக்குநர், மோசமான துணை நடிகர் என இரண்டு விருதுகளும் மனோஜுக்கே வழங்கப்பட்டன.

உண்மையைச் சொன்னால் அந்த எதிர்வினைகள் அவரைச் சற்றுக் காயப்படுத்தின. இருந்தாலும் மற்றவர்கள் கருத்திற்கு ஏற்பத் தன்னை வளைத்துக்கொள்வதற்குப் பதிலாக இந்த மாறுபட்ட எதிர்வினைகளை, தாம் எடுத்த துணிச்சலான முயற்சிகளின் சாட்சியாகவே அவர் கருதினார். உண்மையான படைப்பு வெளிப்பாடு என்பது உடனடி அங்கீகாரம் அல்லது நிராகரிப்பைக் கடந்து நிற்பது என்பதை உணரத் தொடங்கினார். பொதுமக்களின் பாராட்டுகளும் விமர்சகர்களின் அங்கீகாரமும் மகிழ்ச்சி அளிப்பவை என்றாலும் அவை மட்டுமே வெற்றியின் அளவுகோலாக இருக்க முடியாது என்பதை அவர் உணர்ந்தார்.

தி ஹாப்பனிங், தி லாஸ்ட் ஏர்பெண்டர் ஆகிய அடுத்தடுத்த படங்களும் எதிர்மறையான விமர்சனங்களையே பெற்றன. இந்தப் படங்களும் அவருடைய வழக்கமான கதைசொல்லும் பாணியிலிருந்து விலகியே இருந்தன.

மனோஜின் இயக்கத்தில் புகழ்பெற்ற நடிகரான வில் ஸ்மித் நடித்த ஆஃப்டர் எர்த் திரைப்படம் மிக மோசமாக விமர்சிக்கப்பட்டது. ‘என் திரை வாழ்க்கையில் நான் சந்தித்த மிக மோசமான தோல்வி. என் மகனையும் இதில் நடிக்க வைத்தது மிக மோசமான முடிவு’ என வில் ஸ்மித் பொதுவெளியில் பேசினார்.

வரிசைகட்டி வந்த தோல்விகளுக்குப் பிறகு அடுத்த படத்தைச் சொந்தமாகவே தயாரிக்க முடிவு செய்தார். ஐந்து மில்லியன் அமெரிக்க டாலர்கள் செலவழித்து எடுக்கப்பட்ட தி விசிட் சுமார் நூறு மில்லியன் டாலர்கள் வசூல் செய்தது. அதற்கடுத்து வெளியான ஸ்ப்ளிட் ஒன்பது மில்லியனில் உருவாகி இருநூற்று எண்பது மில்லியன் டாலர்களை வசூலித்தது. அடுத்து இயக்கிய கிளாஸ் திரைப்படமும் வெற்றிப்படமானது. தொடர்ந்த வெற்றிப் படங்களால் ஹாலிவுட்டில் அவருடைய இடத்தைத் திரும்பவும் உறுதி செய்தார். கடைசியாக அவர் இயக்கிய ட்ராப் என்ற படமும் வணிக ரீதியாக வெற்றியைப் பெற்றது.

ஆப்பிள் டிவி பிளஸ் தளத்திற்காக மனோஜ் தயாரித்து இயக்கிய சர்வென்ட் என்ற தொடர் 2019 முதல் 2023 வரை நான்கு சீசன்களாக வெளியாகி மிகப் பெரிய வெற்றியைப் பெற்றது.

அன்பிரேக்கபிள், ஸ்ப்ளிட், கிளாஸ் என ஒரே கதைக்களத்தில் மூன்று படங்களை இயக்கி சினிமாட்டிக் யுனிவர்ஸை (*Cinematic Universe)* உருவாக்கிய முதல் இந்திய இயக்குநர் என்ற பெருமையைப் பெற்றார்.

மனோஜ் சிறந்த திரைக்கதைக்காகவும் இயக்கத்துக்காகவும் ஆஸ்கர், பாஃப்டா, கோல்டன் குளோப் ஆகிய விருதுகளுக்குப் பரிந்துரை செய்யப்பட்டார். சிக்ஸ்த் சென்ஸ் படத்துக்காகச் சிறந்த இயக்குநருக்கான எம்பயர் விருதைப் பெற்றார். சிறந்த திரைக் கதைக்காக ப்ராம் ஸ்டோக்கர் விருதையும் நெபுலா விருதையும் பெற்றிருக்கிறார். கலைத்துறையில் சிறந்த பங்களிப்புக்காக 2008ஆம் ஆண்டு இந்திய அரசின் பத்மஸ்ரீ விருதையும் பெற்றிருக்கிறார்.

ஹாலிவுட்டில் அவரளவுக்கு, புகழையும் விமர்சனங்களையும் ஒருசேரப் பார்த்த இன்னோர் இயக்குநர் இல்லை. பல சவால்களுக்கு மத்தியிலும் எல்லைகளைத் தகர்த்து வெற்றிபெறும் அவரது உறுதியால் மனோஜின் திரை மரபு திரைத்துறையில் என்றும் நிலைத்திருக்கும்.

சஞ்சய் சுப்ரமணியம்

சஞ்சய் சுப்ரமணியம் லாஸ் ஏஞ்சல்ஸில் உள்ள கலிபோர்னியா பல்கலைக்கழகத்தில் (UCLA) வரலாற்றுத் துறையின் சிறப்புப் பேராசிரியராகவும் சமூக அறிவியலுக்கான இர்வவிங் அண்ட் ஜீன் ஸ்டோன் இருக்கையின் தலைவராகவும் பணியாற்றுகிறார்.

சஞ்சய் சுப்ரமணியத்தின் தந்தை கே. சுப்ரமணியம் இந்தியாவின் உத்தி சார்ந்த விவகாரங்களின் தந்தை (Father of Strategic Affairs) என்று அழைக்கப்படுகிறார். இந்தியக் குடிமைப்பணி அதிகாரியாகவும் இந்தியாவின் பாதுகாப்பு ஆலோசனைக் குழுவின் அமைப்பாளராகவும் இருந்தவர். இந்தியாவின் அணுசக்திக் கொள்கையையும் பாதுகாப்பு வியூகங்களையும் வகுப்பதில் மிக முக்கியப் பங்காற்றியவர். கார்கில் போருக்குப் பிறகு அமைக்கப்பட்ட ஆய்வுக்குழுவுக்குத் தலைமையேற்றவர்.

மோடி அமைச்சரவையில் வெளியுறவுத்துறை அமைச்சரான சகோதரர் எஸ். ஜெய்சங்கர், முன்னாள் வெளியுறவுத்துறைச் செயலாளராகவும் அமெரிக்கா மற்றும் சீனாவுக்கான இந்தியத் தூதராகவும் பணியாற்றியவர். மற்றொரு சகோதரரான எஸ். விஜயகுமார் இந்தியக் குடிமைப்பணியில் மத்திய அரசின் ஊரக வளர்ச்சித்துறைச் செயலாளராகப் பணியாற்றி ஓய்வு பெற்றவர்.

சஞ்சய் சுப்ரமணியத்தின் குடும்பம் இந்தியாவின் நிர்வாகம், பாதுகாப்பு மற்றும் கல்வி ஆகிய மூன்று துறைகளிலும் மிக உயரிய பங்களிப்பை வழங்கியிருக்கிறது.

சுப்ரமணியம், நவீன காலத்தின் தொடக்கக் கட்டத்தை ஆய்வு செய்வதில் நிபுணத்துவம் பெற்ற வரலாற்றாய்வாளர். இந்தியப் பெருங்கடல், ஐரோப்பியக் காலனித்துவப் பேரரசுகள், உலகளாவிய வரலாறு குறித்த பல கட்டுரைகளையும் புத்தகங்களையும் தொகுப்பு நூல்களையும் எழுதியிருக்கிறார்.

பெரும்பாலான வரலாற்றாய்வாளர்கள் குறிப்பிட்ட சில பத்தாண்டுகளை மட்டுமே ஆய்வு செய்கின்றனர். சஞ்சய் சுப்ரமணியத்தின் பார்வை விசாலமானது. பதினைந்து முதல் பதினெட்டாம் நூற்றாண்டு வரையிலான ஆய்வுகளில் நிபுணத்துவம் பெற்றவர். அவருடைய ஆய்வுக்கான எல்லைகளும் தெற்காசியா முதல் லத்தீன் அமெரிக்கா வரை நீண்டிருக்கிறது. பத்துக்கும் மேற்பட்ட ஐரோப்பிய, ஆசிய மொழிகளில் தேர்ச்சி பெற்றவர். தனது ஆய்வுகளுக்காக உலகெங்கிலும் உள்ள ஆவணக் காப்பகங்களைப் பயன்படுத்துகிறார்.

பொருளாதாரத்தில் இளங்கலை மற்றும் முதுகலைப் பாடத்தை டெல்லி பல்கலைக்கழகத்தில் பயின்றார். டெல்லி ஸ்கூல் ஆஃப் எகனாமிக்ஸில் முனைவர் பட்டம் பெற்றார். தனது பணிக்காலத்தின் முதல் பத்தாண்டுகளை அதே கல்வி நிறுவனத்திலேயே செலவிட்டார். பொருளாதார வரலாறு மற்றும் ஒப்பீட்டுப் பொருளாதார வளர்ச்சி ஆகிய பாடங்களைக் கற்பித்து வந்தார்.

பாரிஸில் உள்ள ‘ஈகோல் டெஸ் ஹாட்ஸ் எட்யூட்ஸ் என் சயின்சஸ் சோஷியல்ஸில்’ என்ற கல்வி நிறுவனத்தின் இயக்குநராக ஏழாண்டுகள் பணியாற்றினார். ஆக்ஸ்போர்டு பல்கலைக்கழகத்தில் இந்திய வரலாறு மற்றும் கலாசாரத்துக்குப் புதிதாக உருவாக்கப்பட்ட அமைப்பின் முதல் தலைவராக நியமிக்கப்பட்டார். இரண்டாண்டுகள் அங்கே பணியாற்றியவர் 2004ஆம் ஆண்டு UCLA பல்கலைக்கழகத்தில் இணைந்தார். 2005ஆம் ஆண்டு முதல் 2011ஆம் ஆண்டு வரை அந்தப் பல்கலைக்கழகத்தில் இந்தியா மற்றும் தெற்காசியாவிற்கான மையத்தின் நிறுவன இயக்குநராகப் பணியாற்றினார்.

பத்தாண்டுகளுக்கும் மேலாக *Indian Economic and Social History Review* இதழின் இணை ஆசிரியராகச் செயல்பட்டார். அமெரிக்கா, இங்கிலாந்து, பிரான்ஸ், போர்ச்சுகல் மற்றும் பிற நாடுகளில் உள்ள பல இதழ்களின் ஆசிரியர் குழுவிலும் பணியாற்றியிருக்கிறார். *South Asia Across the Disciplines (SAAD)* என்ற ஆய்வு நூல் தொடரின் நிறுவன ஆசிரியர்களில் ஒருவராகவும் அவர் இருந்தார்.

2013ஆம் ஆண்டு பாரிஸில் உள்ள புகழ்பெற்ற காலேஜ் டி பிரான்சில் நவீன தொடக்கக்கால உலகளாவிய வரலாற்றுத் துறையின் தலைவராகத் தேர்ந்தெடுக்கப்பட்டார். 2013 - 2014ஆம் ஆண்டுகளில் முழுமையான விரிவுரைத் தொடர்களை அந்தக் கல்லூரி மாணவர்களுக்கு வழங்கினார். 2014 முதல் 2021 வரை அங்கு வருகைதரும் பேராசிரியராகவும் பணியாற்றினார்.

அவரது முதல் நூலான *The Political Economy of Commerce* இந்தியப் பெருங்கடல் வரலாற்றில் இன்றும் அடிப்படை ஆதார நூலாகத் திகழ்கிறது. வெல்சேரு நாராயண ராவ், டேவிட் ஷுல்மேன் ஆகியோருடன் இணைந்து அவர் எழுதிய *Symbols of Substance, Textures of Time* ஆகிய இரண்டு நூல்களும் தென்னிந்தியக் கலாசாரத்தையும் அரசியல் வரலாற்றையும் மறுவரையறை செய்வதில் மிக முக்கியமான பங்காற்றுகின்றன.

முசாஃபர் ஆலமுடன் இணைந்து அவர் வெளியிட்ட *Indo-Persian Travels in the Age of Discoveries, 'Writing the Mughal World* ஆகிய நூல்கள் முகலாயப் பேரரசு மற்றும் நவீன தொடக்கக்கால இஸ்லாமியப் பேரரசுகளின் வரலாற்றைப் பல வழிகளில் மீட்டுருவாக்க உதவின. இணைக்கப்பட்ட வரலாறுகள் குறித்த அவரது விரிவான சோதனைகள் *Explorations in Connected History* என்ற நூல் இரண்டு தொகுதிகளாகத் தொகுக்கப்பட்டுள்ளன.

'Europe's India: Words, People, Empires, 1500-1800' என்ற நூல் 2017ஆம் ஆண்டு ஹார்வர்ட் பல்கலைக்கழகப் பதிப்பகத்தால் வெளியிடப்பட்டது. இதன் பிரெஞ்சு மொழிபெயர்ப்பு பிரான்சில் உயரிய விருதினைப் பெற்றது.

2012ஆம் ஆண்டு மனிதநேயத்திற்கான இன்போசிஸ் பரிசை முதன் முதலாக சஞ்சய் சுப்ரமணியம் பெற்றார். மானுட சாதனைகளின் கடந்த காலம், நிகழ்காலம் மற்றும் எதிர்காலத்தைப் பிரதிபலிக்கும்

துறைகளில் சிறந்த அறிவியல், தொழில்நுட்ப மற்றும் மனிதாபிமான சாதனைகளைச் செய்தவர்களுக்கு ஆண்டுதோறும் வழங்கப்படும் டான் டேவிட் பரிசை 2019ஆம் ஆண்டு பெற்றார். ஒரு மில்லியன் அமெரிக்க டாலர்களைக்கொண்ட பரிசுத் தொகையை சிகாகோ பல்கலைக்கழகத்தின் பேராசிரியர் கென்னத் போமரான்ஸ் உடன் அவர் பகிர்ந்துகொண்டார். 2020ஆம் ஆண்டு சர்வதேச வரலாற்று அறிவியல் குழுவால் சர்வதேச வரலாற்றுப் பரிசும் அவருக்கு வழங்கப்பட்டது.

இணைக்கப்பட்ட வரலாறு (connected history) என்று அழைக்கப்படும் புதிய கோட்பாட்டை உருவாக்கியிருக்கிறார். ஜீன் ஆபின் மற்றும் ஜோசப் பிளெட்சர் போன்ற அறிஞர்களின் படைப்புகளைத் தழுவி 1990களின் பிற்பகுதியிலிருந்து தனது எழுத்துகளின் மூலம் இக்கோட்பாட்டை அவர் பரவலாக்கி வருகிறார். இந்த ஆய்வுகளின் ஒரு பகுதியாக கடல்சார் வரலாறு குறித்த *Across the Green Sea: Histories from the Western Indian Ocean, 1440-1640* என்ற புத்தகத்தை வெளியிட்டார்.

சஞ்சய் சுப்ரமணியம் அமெரிக்கக் கலை மற்றும் அறிவியல் அகாடமியின் உறுப்பினராகவும் பிரிட்டிஷ் அகாடமியின் கௌரவ உறுப்பினராகவும் இருக்கிறார். இவரது படைப்புகள் போர்ச்சுகீசியம், ஸ்பானிஷ், சீனம், ஜப்பானிய மொழி, இத்தாலிய மற்றும் துருக்கிய மொழிகளில் மொழிபெயர்க்கப்பட்டுள்ளன.

சஞ்சய் சுப்ரமணியம் புகழ்பெற்ற சமூகக் கோட்பாட்டாளர் ஆஷிஸ் நந்திக்கு எதிராக ஒரு கடுமையான வாதத்தை முன்வைத்தார். அவுட்லுக் இதழில் நந்தி எழுதிய ஒரு கட்டுரையில் ‘மதச்சார்பின்மை என்பது மத மோதல்களால் சிதைந்த ஐரோப்பாவில் உருவான ஒன்று. அது இந்தியாவிற்குத் தேவையற்ற அந்நியமான இறக்குமதி’ என்று எழுதியிருந்தார். இந்திய கிராமங்கள் பல நூற்றாண்டுகளாகத் தமக்கே உரிய சகிப்புத்தன்மையைக் கொண்டுள்ளதாகவும் அவர் சொன்னார். ‘நந்தியின் வாதங்கள் வரலாற்றுத் தரவுகள் அற்றவை. மதச்சார்பின்மை என்ற சொல் ஐரோப்பாவை விட இந்தியாவில் தான் ஆழமான அர்த்தங்களையும் அரசியல் முக்கியத்துவத்தையும் பெற்றிருக்கிறது’ என சஞ்சய் சுப்ரமணியம் வாதிட்டார். அதுவரை ஊடக விவாதங்களில் அதிகம் அறியப்பட்டிராத அவருடைய இந்த எதிர்வினை துறை சார்ந்த பலரையும் ஆச்சரியத்தில் ஆழ்த்தியது.

இந்திய நாகரிகம் குறித்த புதுமையான பார்வையைக் கொண்டவர் சஞ்சய் சுப்ரமணியம். 'இந்தியா எப்போதும் வெளிப்படையான தாக்கங்களுக்கு உள்ளான ஒரு இடமே தவிர அண்டை நாடுகளுக்குக் கலாசாரத்தை ஏற்றுமதி செய்யும் நாடு மட்டுமேயல்ல. ஒரு தேசிய கலாச்சாரம் தனது கலப்புத்தன்மையை ஒப்புக்கொள்ளவில்லை என்றால் அது இனவெறிக்கும் கலாசார பயத்திற்கும் வழிவகுக்கும்' என்று எச்சரிக்கிறார்.

அவருடைய ஆய்வு நூல்களில் பெரும்பாலும் கடினமான மொழியையே பயன்படுத்துகிறார். 'ஆராய்ச்சியின் எல்லைகளை விரிவுபடுத்த முயல்கிறோமே தவிர வாசிப்பு எளிமையை அல்ல' என்று அதற்கு விளக்கமும் சொல்கிறார்.

ராமச்சந்திர குஹாவும் சஞ்சய் சுப்ரமணியமும் டெல்லியின் செயின்ட் ஸ்டீபன் கல்லூரியில் சமகாலத்தில் பயின்றவர்கள். ஒரு சிறந்த கல்விச் சூழல் எத்தகைய மாபெரும் அறிஞர்களை உருவாக்குகிறது என்பதற்கு இவர்கள் இருவரும் சாட்சி.

சுப்ரா சுரேஷ்

இந்திய - அமெரிக்க விஞ்ஞானியும் கல்வியாளருமான சுப்ரா சுரேஷ் தமிழகத்தைப் பூர்வீகமாகக் கொண்டவர். மும்பையில் பிறந்த அவர் தமது பள்ளிப் படிப்பையும் கல்லூரிப் படிப்பையும் தமிழ்நாட்டில் முடித்தார்.

பள்ளிப் படிப்பை முடித்து சென்னை ஐஐடியில் இயந்திரப் பொறியியலில் இளங்கலைப் பட்டம் பெற்றார்.

அயோவா மாநிலப் பல்கலைக்கழகத்தில் முதுகலைப் பட்டமும் மசாசூசெட்ஸ் தொழில்நுட்பக் கல்லூரியில் முனைவர் பட்டமும் பெற்றார். முனைவர் பட்ட ஆய்வுக்காக அவருக்கு வழிகாட்டியாக இருந்தவர் பேராசிரியர் இயன் ரிட்சி. சுப்ரா சுரேஷ்தான் அவருக்கு முதல் ஆய்வு மாணவர். இருவரும் இணைந்து செய்த ஆராய்ச்சியின் முடிவுகள் முன்னணி ஆய்விதழ்களில் வெளியிடப்பட்டு அறிவியல் உலகில் பாராட்டுகளைப் பெற்றன.

முனைவர் பட்டத்திற்குப் பிறகு கலிபோர்னியா பல்கலைக்கழகத்திலும் லாரன்ஸ் பெர்க்லி தேசிய ஆய்வகத்திலும் ஆராய்ச்சி செய்துகொண்டிருந்தபோது மதிப்பு மிக்க ஹார்டி பதக்கத்தைப் பெற்றார். உலோகவியல் துறையில் அபாரமான திறமை கொண்ட முப்பது வயதுக்குட்பட்டோருக்கு வழங்கப்படும் உயரிய விருது இது. ஸ்வீடன் நாடு அதன் தேசிய அளவிலான கௌரவப் பதவிக்கு சுப்ரா சுரேஷுக்கு அழைப்பு விடுத்தது.

பிரவுன் பல்கலைக்கழகத்தில் 1983ஆம் ஆண்டு உதவிப் பேராசிரியராக இணைந்து விரைவிலேயே பேராசிரியராக உயர்ந்தார். உலோகங்கள் மீண்டும் மீண்டும் அழுத்தத்திற்கு

உள்ளாகும்போது அவை எவ்வாறு வலுவிழக்கின்றன என்பது குறித்த இவரது ஆராய்ச்சி விண்வெளி மற்றும் இயந்திரப் பொறியியல் துறைகளில் மிகவும் முக்கியமானது. இந்த ஆராய்ச்சிக்காக வெள்ளை மாளிகையால் தேர்ந்தெடுக்கப்பட்டு தேசிய அறிவியல் அறக்கட்டளையின் '*Presidential Young Investigator Award*' என்ற விருதை 1985ஆம் ஆண்டு பெற்றார். செராமிக் சொசைட்டி ஆய்விதழில் வெளியான சிறந்த கட்டுரைக்காக ரோஸ் காஃபின் புர்டி விருதினைப் பெற்றார்.

1991ஆம் ஆண்டு அவர் எழுதிய *Fatigue of Materials* என்ற புத்தகம் கேம்பிரிட்ஜ் பல்கலைக்கழக அச்சகத்தால் வெளியிடப்பட்டது. கூகுள் ஸ்காலர் தரவுகளின்படி இந்த நூல் 7800க்கும் மேற்பட்ட முறை கல்விசார் வெளியீடுகளில் மேற்கோள் காட்டப்பட்டுள்ளது. இது சீன மற்றும் ஜப்பானிய மொழிகளில் மொழிபெயர்க்கப்பட்டதுடன் பாடப்புத்தகமாகவும் குறிப்பு நூலாகவும் உலகம் முழுவதும் ஏற்றுக்கொள்ளப்பட்டிருக்கிறது.

1993ஆம் ஆண்டு R.P. சிம்மன்ஸ் மெட்டீரியல்ஸ் சயின்ஸ் மற்றும் இன்ஜினீயரிங் பேராசிரியராக மசாசூசெட்ஸ் தொழில்நுட்பக் கல்லூரியில் இணைந்தார். 2000 தொடங்கி ஆறாண்டுகள் அந்தத் துறைக்குத் தலைமையேற்று வழிநடத்தினார். அடுத்த மூன்றாண்டுகள் பொறியியல் துறையின் டீனாகப் பதவி வகித்தார். அந்தக் கல்லூரியின் எந்தவொரு துறையிலும் டீனாகப் பொறுப்பேற்ற முதல் ஆசியராக சுப்ரா சுரேஷ் இருந்தார். அதி நவீன ஆய்வகங்கள், புதிய இளங்கலைப் பாடத் திட்டங்கள், கணக்கீட்டுப் பொறியியல் மையம், சிங்கப்பூர் மசாச்சூசெட்ஸ் ஆராய்ச்சி மற்றும் தொழில்நுட்ப மையம் போன்றவை சுப்ரா சுரேஷின் முயற்சியால் அங்கே செயல்படுத்தப்பட்ட சில திட்டங்கள்.

இவருடைய காலத்தில்தான் மசாச்சூசெட்ஸில் அதிக அளவிலான பெண் பேராசிரியர்கள் பொறியியல் துறைக்கு நியமிக்கப்பட்டனர். உலோகவியல் முதல் உயிரியல் வரை நான்கு வெவ்வேறு துறைகளின் பேராசிரியராகப் பணியாற்றிய பெருமையும் இவருக்குண்டு. உலோகவியல் அறிஞராக மனித உடலில் உள்ள புற்றுநோய் செல்கள் மற்றும் மலேரியாவால் பாதிக்கப்பட்ட ரத்தச் சிவப்பணுக்கள் ஆகியவற்றின் இயந்திரவியல் தன்மையை ஆராய்ந்தார். உலோகங்களை ஆராயும் அதே நுட்பத்தை மனித

உடலில் உள்ள புற்றுநோய் செல்களை ஆராயப் பயன்படுத்தினார். ஒரு புற்றுநோய் செல் எவ்வளவு கடினமாக அல்லது மென்மையாக இருக்கிறது என்பதைப் பொறுத்து அது உடலில் பரவுவதைக் கணிக்க முடியும் என்று அவர் நிரூபித்தார். இது மருத்துவத் துறையில் புதிய சிகிச்சை முறைகளுக்கு வழிவகுத்ததோடு ஒரு புதிய துறையே உருவாகக் காரணமாக அமைந்தது. இதற்காகவே அவர் அமெரிக்காவின் தேசிய மருத்துவ அகாடமிக்கு உறுப்பினராகத் தேர்ந்தெடுக்கப்பட்டார்.

அறிவியல், பொறியியல், மருத்துவம் மற்றும் கலை அறிவியல் ஆகிய அமெரிக்காவின் நான்கு தேசிய அகாடமிகளிலும் உறுப்பினராகத் தேர்ந்தெடுக்கப்பட்ட மிகச் சில விஞ்ஞானிகளில் சுப்ரா சுரேஷும் ஒருவர். 2011ஆம் ஆண்டு இந்திய அரசின் பத்மஸ்ரீ விருதைப் பெற்றார்

அமெரிக்க தேசிய அறிவியல் அறக்கட்டளையின் தலைவராக முன்னாள் அதிபர் ஒபாமாவால் 2010ஆம் ஆண்டு பரிந்துரைக்கப் பட்டார். அமெரிக்க செனட் சபையின் ஒருமனதான ஒப்புதலுக்குப் பிறகு அக்டோபர் 2010ஆம் ஆண்டு அந்த அமைப்பின் பதினைந்தாவது தலைவராகப் பொறுப்பேற்றார். அமெரிக்க அரசின் மிக முக்கியமான அறிவியல் அமைப்பின் தலைவராகத் தேர்ந்தெடுக்கப்பட்ட முதல் ஆசிய வம்சாவளியினர் இவரே. அங்கு மூன்றாண்டுகள் பணியாற்றினார்.

உலகெங்கிலும் உள்ள அறிவியல் அமைப்புகளை ஒன்றிணைத்து ஆராய்ச்சிகளில் வெளிப்படைத் தன்மையையும் ஒத்துழைப்பையும் அதிகரிக்க உலகளாவிய ஆராய்ச்சிக் கழகத்தை உருவாக்கினார். ஆய்வகங்களில் மேற்கொள்ளப்படும் அறிவியல் கண்டுபிடிப்புகளைப் பயனுள்ள வணிகப் பொருள்களாகவும் தொழில்துறையாகவும் மாற்றுவதை ஊக்குவிக்க *Innovation Corps* என்ற திட்டத்தைத் தொடங்கினார். இது இன்றும் அமெரிக்காவில் வெற்றிகரமாகச் செயல்பட்டு வருகிறது.

இளம் விஞ்ஞானிகள், குறிப்பாகப் பெண்கள், தங்களின் குடும்ப வாழ்க்கை மற்றும் ஆராய்ச்சிப் பணிகளைச் சமமாக மேலாண்மை செய்ய உதவும் வகையில் *NSF Career-Life Balance Initiative* என்ற பெயரில் புதிய கொள்கைகளை அறிமுகப்படுத்தினார். அவருடைய புத்திசாலித்தனத்தாலும் அர்ப்பணிப்பாலும் அமெரிக்காவின்

அறிவியல் வளர்ச்சியை அடுத்த கட்டத்திற்கு எடுத்துச் சென்றதாக அமெரிக்க அதிபர் ஒபாமாவால் பாராட்டப் பெற்றார்.

அமெரிக்க அறிவியல் அறக்கட்டளையின் தலைவர் பதவி அரசியல் சார்ந்து மாற்றம் பெறக்கூடியது என்பதை சுப்ரா சுரேஷ் உணர்ந்தே இருந்தார். அப்போதுதான் கார்னகி மெல்லன் பல்கலைக்கழகத்தின் தலைவராகப் பொறுப்பேற்குமாறு அழைப்பு வந்தது. நூற்றுக்கும் மேற்பட்ட சர்வதேச அளவிலான போட்டியாளர்களைப் பரிசீலித்த பதினேழு பேர் கொண்ட தேர்வுக் குழு மிக விரைவாக சுப்ரா சுரேஷை ஒருமனதாகத் தேர்ந்தெடுத்தது. இது அவரது ஆளுமைக்குக் கிடைத்த மிகப் பெரிய அங்கீகாரம். அவரும் இந்தப் பணியை மகிழ்ச்சியோடு ஒப்புக்கொண்டார்.

எச்.பி. நிறுவனத்தின் அப்போதைய நிர்வாகத் தலைவராகவும் கார்னகி மெல்லன் பல்கலைக்கழகத்தின் அறங்காவலர் குழுத் தலைவராகவும் இருந்த ரேமண்ட் லேன் சுப்ரா சுரேஷின் திறமை மீது அளவற்ற நம்பிக்கை வைத்திருந்தார். அவர்களுக்கிடையே இருந்த இந்தத் தொடர்புதான் பிற்காலத்தில் சுப்ரா சுரேஷ் *HP Inc.* நிறுவனத்தின் இயக்குநர்கள் குழுவில் இணைவதற்குக் காரணமாக இருந்தது.

2013 முதல் 2017 வரை நான்காண்டுகள் கார்னகி மெல்லன் பல்கலைக்கழகத்தின் தலைவராகப் பணியாற்றினார். இவரது தலைமையில்தான் இந்தப் பல்கலைக்கழகத்தின் வரலாற்றிலேயே மிகப் பெரிய உள்கட்டமைப்பு விரிவாக்கப் பணிகள் மேற்கொள்ளப் பட்டன. வணிகம், தொழில்நுட்பம், கலை என அனைத்துத் துறைகளையும் ஒரே கூரையின் கீழ் கொண்டுவரும் வகையில் மூன்று லட்சம் சதுர அடிப் பரப்பளவில் ஒரு பிரம்மாண்டமான கட்டடத் திட்டத்தைத் தொடங்கினார்.

மனித மூளை மற்றும் நரம்பியல் தொடர்பான ஆராய்ச்சிகளை மேம்படுத்த பிரைன்ஹப் *(BrainHub)* என்ற உலகத்தரம் வாய்ந்த முயற்சியைத் தொடங்கினார். இது கணினி அறிவியல் மற்றும் உயிரியலை இணைக்கும் ஒரு பாலமாக அமைந்தது. பிட்ஸ்பர்க் நகரத்தை ஒரு தொழில்நுட்ப மையமாக மாற்றுவதில் கார்னகி மெல்லன் பல்கலைக்கழகத்தின் பங்களிப்பை உறுதிசெய்தார். மாணவர்கள் மற்றும் பேராசிரியர்களின் கண்டுபிடிப்புகள் புதிய ஸ்டார்ட்-அப் நிறுவனங்களாக மாறுவதற்குத் தேவையான

தொழில்முனைவோர் மையங்களை வலுப்படுத்தினார்.

சிங்கப்பூரின் புகழ்பெற்ற நன்யாங் பல்கலைக்கழகத்தின் நான்காவது தலைவராக 2018ஆம் ஆண்டு பதவியேற்றார். அங்கே அவர் தலைவராக மட்டுமின்றி அந்தப் பல்கலைக்கழகத்தின் முதல் *Distinguished University Professor* என்ற கௌரவப் பதவியையும் ஏற்றார். இது நிர்வாகத்துடன் இணைந்து அவருடைய ஆராய்ச்சியைத் தொடரவும் அவருக்கு உதவியது.

மாணவர்களுக்குத் தொழில் நுட்பத்துடன் சேர்த்து சமூகப் பொறுப்புணர்வையும் மனிதநேயப் பாடங்களையும் கற்பிக்கும் வகையில் பாடத்திட்டத்தை மாற்றியமைத்தார். மாணவர்களுக்கான உதவித்தொகையையும் ஆராய்ச்சி நிதியையும் கணிசமாக உயர்த்தினார்.

அயோவா பல்கலைக்கழகத்தின் முன்னாள் மாணவரான சுப்ரா சுரேஷ் 2022ஆம் ஆண்டு அதே பல்கலைக்கழகத்திடமிருந்து கௌரவ முனைவர் பட்டம் பெற்றார்.

பொறியியல், இயற்பியல் மற்றும் உயிர் அறிவியல் ஆகிய துறைகளை இணைத்து அவர் மேற்கொண்ட முன்னோடி ஆராய்ச்சிகளுக் காகவும் சிறந்த கல்வியாளராக அவர் ஆற்றிய பணிகளுக்காகவும் 2023ஆம் ஆண்டு அமெரிக்காவின் தேசிய அறிவியல் பதக்கத்தை அப்போதைய அதிபர் பைடனிடமிருந்து பெற்றார்.

நீண்ட இடைவெளிக்குப் பிறகு செப்டம்பர் 2023ஆம் ஆண்டு அவர் மீண்டும் பிரவுன் பல்கலைக்கழகத்திற்கு *Professor at Large* என்ற கௌரவப் பதவியில் பொறுப்பேற்றார். அங்கு பொது விரிவுரைகளை வழங்குவதும் ஆராய்ச்சி ஒத்துழைப்புகளைத் தொடர்வதும் அவருடைய முதன்மையான பணி.

சுவிட்சர்லாந்தைச் சேர்ந்த வில்லர்ஸ் இன்ஸ்டிடியூட் அமைப்பின் ஒரு பகுதியான குளோபல் லேர்னிங் கவுன்சிலின் தலைவராகப் பணியாற்றிவருகிறார். கலிபோர்னியா தொழில்நுட்பக் கழகத்தின் அறங்காவலர் குழுவில் உறுப்பினராகத் தேர்ந்தெடுக்கப்பட்டுள்ளார்.

அப்பா அரசு ஊழியராகப் பணியாற்றிப் பெற்ற வருமானத்தின் வழியாக நடுத்தரக் குடும்பப் பின்னணியில் வளர்ந்த சுப்ரா சுரேஷ், உலக அரங்கில் மிகப் பெரிய அமைப்புகளின் தலைவராக உயர்ந்திருக்கிறார்.

சுந்தர் பிச்சை

மேற்குவங்க மாநிலம் காரக்பூரில் உள்ள இந்தியத் தொழில்நுட்பக் கழகத்தில் உலோகவியல் பொறியியலில் இளங்கலை பயின்று வெள்ளிப் பதக்கத்தோடு பட்டம் பெற்றார். அமெரிக்காவின் ஸ்டான்ஃபோர்ட் பல்கலைக்கழகத்தில் ஊக்கத்தொகையோடு முதுகலைப் பட்டம் பெற்றார்.

அதே பல்கலைக்கழகத்தில் பலருக்கும் கனவாக இருந்த ஆய்வுப் படிப்புக்கான வாய்ப்பு வந்தபோது பொருளாதாரச் சூழலால் அதனைத் தவிர்த்தார். வேலைக்குச் செல்லத் தீர்மானித்தார். ஸ்டான்ஃபோர்டில் படித்து முடித்த கையோடு அப்ளைடு மெட்டீரியல்ஸ் நிறுவனத்தில் பணிக்குச் சேர்ந்தார். அங்கு இஞ்ஜினீயரிங் மற்றும் தயாரிப்புத் துறைகளுக்கு மேலாளராகப் பணியாற்றினார். செமிகண்டக்டர்களைத் தயாரிக்கத் தேவையான உபகரணங்களை உருவாக்குவதில் அந்த நிறுவனம் கவனம் செலுத்திக்கொண்டிருந்தது. வன்பொருள் தொழில்நுட்பம் குறித்த ஆழமான அறிவை இங்குதான் வளர்த்துக்கொண்டார்.

குடும்பத்தின் பொருளாதாரச் சுமை குறையத் தொடங்கியதும் தனது கல்லூரித் தோழியைத் திருமணம் செய்துகொண்டார். ஐந்தாண்டுகள் அந்த நிறுவனத்தில் வேலை செய்தவர் அடுத்த கட்டத்துக்கான யோசனைகளில் இருந்தார். பென்சில்வேனியா

பல்கலைக்கழகத்தின் வார்டன் ஸ்கூலில் வணிக மேலாண்மைப் படிப்புக்கு விண்ணப்பித்தார். அங்கு படிப்பில் சிறந்து விளங்கியதற்காக சீபல், பால்மர் ஆகிய உதவித்தொகைகளையும் பெற்றார்.

வணிக மேலாண்மைப் படிப்பை முடித்ததும் புகழ்பெற்ற நிறுவனமான மெக்கன்சியில் மேலாண்மை ஆலோசகராகப் பணிக்குச் சேர்ந்தார். பல துறைகளிலிருந்த நிறுவனங்களுக்குத் தயாரிப்பு நிர்வாகம் சார்ந்த ஆலோசனைகளை வழங்குவது அவருடைய முதன்மையான பணியாக இருந்தது. ஒரு நிறுவனத்தை வணிக ரீதியாக வழிநடத்தத் தேவையான அனுபவங்களை இதன்மூலமாகப் பெற்றார்.

கூகுள் நிறுவன வரலாற்றில் 2004ஆம் ஆண்டு ஏப்ரல் ஒன்றாம் தேதி இரண்டு வகைகளில் மிக முக்கியமான நாள். ஒன்று, அன்றைக்குத்தான் ஜிமெயில் அறிமுகமானது. இரண்டாவது, சுந்தர் பிச்சையும் அன்றைக்குத்தான் கூகுள் நிறுவனத்தில் இணைந்தார். தொழில்நுட்ப நுணுக்கமும் மேலாண்மை அனுபவமும் அவருக்கு இந்த வேலையைப் பெற்றுத்தந்தன. சுந்தர் பிச்சை பணிக்குச் சேர்ந்த அதே ஆண்டில்தான் கூகுள் நிறுவனம் அமெரிக்கப் பங்குச் சந்தையில் பட்டியலிடப்பட்டது. கூகுள் நிறுவனப் பங்குகளின் வளர்ச்சியில் சுந்தர் பிச்சையின் பங்கு எத்தகையது என்பதை உணர்த்தும் வரலாற்றுச் சிறப்பு மிக்க ஆண்டானது 2004.

இன்டர்நெட் எக்ஸ்ப்ளோரரும் ஃபயர்ஃபாக்சும் அப்போது பிரபலமாக இருந்த இரண்டு பிரவுசர்கள். அந்த பிரவுசர்களில் கூகுளின் தேடுபொறியைப் பயன்படுத்த கூகுள் டூல் பாரை உருவாக்கும் பணிகளில் சுந்தர் பிச்சை ஈடுபட்டிருந்தார். பயன்பாட்டுக்கு வந்து மெல்ல மெல்ல அதிகப் பயனர்களைக் கொண்டதாக மாறியது கூகுள் டூல் பார். இந்தச் சூழலில் மைக்ரோசாஃப்ட் நிறுவனம் அதனுடைய பிங்க் டூல் பாரை இயல்பாகவே அதனுடைய பிரவுசரில் நிறுவியது. கூகுள் டூல் பார் பயன்பாட்டில் சிக்கல் எழக் கூகுளுக்கெனத் தனி பிரவுசருக்கான தேவை இங்கேதான் எழுந்தது.

அவருடைய பணிசார்ந்த வாழ்க்கையில் மிகப் பெரிய திருப்புமுனையாகச் சொல்லவேண்டுமானால் கூகுள் குரோம் திட்டத்தை சந்தேகத்திற்கிடமின்றிச் சொல்லலாம். கூகுள் தனக்கென

பிரவுசரை உருவாக்குவது அவசியம் என்ற யோசனையை முன்வைத்தார் சுந்தர் பிச்சை. இது அதிக செலவாகும் வேலை என நினைத்தார் அப்போதைய தலைமை நிர்வாகி எரிக் ஸ்மிட்.

சுந்தர் பிச்சை அவரையும் நிறுவனர்களையும் சமாதானப்படுத்தி ஒப்புதல் வாங்கினார். அதற்கான வேலைகளில் மிகத் தீவிரமாக ஆர்வம் காட்டினார். 2008ஆம் ஆண்டு கூகுள் குரோம் வெளியானது. உலகிற்கு உண்மையில் இன்னொரு பிரவுசர் தேவையா என்ற கேள்விக்குப் பதிலாக வேகம், எளிமை ஆகியவற்றின் காரணமாக குரோம் பல மில்லியன் பயனர்களைக் கொண்டு மிக வேகமாக வளர்ந்தது.

பயனர்கள் அதிகம் பயன்படுத்தும் பிரவுசர்கள் வரிசையில் முதலிடத்தைப் பெற குரோம் அதிக காலம் எடுத்துக்கொள்ளவில்லை. இன்டர்நெட் எக்ஸ்ப்ளோரரும் ஃபயர்ஃபாக்சும் பின்னுக்குத் தள்ளப்பட்டு மீண்டெழ முடியாத சரிவைச் சந்தித்தன. இன்றைக்கும் குரோம்தான் பிரவுசர்கள் பட்டியலில் முதலிடத்தில் இருக்கிறது. வாய்ப்பு கிடைத்தால் குரோமை வாங்கிவிடலாம் என பெர்ப்ளெக்சிட்டியின் நிறுவனர் தொடங்கி, பலரும் வரிசையில் காத்திருக்கின்றனர்.

குடி உயரக் கோன் உயர்வதைப் போல, குரோம் வளர கூகுளின் பிற தயாரிப்புகளும் வளர்ச்சி எனும் செங்குத்தான கோட்டில் வரிசைகட்டி நின்றன. சுந்தர் பிச்சையின் தனிப்பட்ட வளர்ச்சியும் இதில் சேர்த்தி.

தொழில்நுட்ப ரீதியாக மிகச் சிறந்ததும் பயன்படுத்துவதற்கு எளிதானதுமான தயாரிப்புகளை உருவாக்குவதில் சுந்தர் தனித் திறமை வாய்ந்தவர். கூகுள் குரோமின் வெற்றிக்குப் பின்னர் கூகுள் தயாரிப்புகளின் துறைக்குத் துணைத் தலைவராக நியமிக்கப்பட்டார். 2009ஆம் ஆண்டு குரோம் இயங்குதளம் குறித்த அறிவிப்பை சுந்தர் பிச்சைதான் மேடையேறி உலகத்துக்கு அறிவித்தார்.

மின்னஞ்சல் சேவையாக மட்டுமே அறிமுகப்படுத்தப்பட்ட ஜிமெயிலில் தேடல் திறனை மேம்படுத்துவதில் அதிக கவனம் செலுத்தினார். பயனர்கள் மின்னஞ்சலைத் தேடிக் கண்டுபிடிக்கும் வகையில் அதனுடைய உள்கட்டமைப்பை மாற்றியமைத்தார்.

2012ஆம் ஆண்டு கூகுள் டிரைவ் அறிமுகப்படுத்தப்பட்டபோது அதற்கான திட்டத்தில் முக்கியப் பங்காற்றினார். கோப்புகளைத் தனிக் கணினியில் மட்டும் சேமிக்காமல் இணையத்தைப் பயன்படுத்தி எங்கிருந்து வேண்டுமானாலும் பயன்படுத்திக் கொள்ளலாம் என்ற நோக்கத்தில் உருவானது இந்த கூகுள் டிரைவ். இதை முழுமையான இணைய அலுவலகமாக மாற்றிய பெருமை சுந்தர் பிச்சைக்கு உண்டு.

2011ஆம் ஆண்டில் டிவிட்டர் நிறுவனத்தில் ஜேசன் கோல்ட் மேனுக்குப் பதிலாக சுந்தர் பிச்சை நியமிக்கப்படலாம் என்று ஊடகங்களில் செய்தியாகப் பரவியது. ஆனால் சுந்தர் பிச்சை அதனைப் பொய்யாக்கி கூகுளிலேயே தொடர்ந்தார்.

2013ஆம் ஆண்டு ஆண்ட்ராய்டு நிறுவனரான ஆண்டி ரூபினின் பொறுப்புகளை ஏற்று மொபைல் தளங்களை நிர்வகிக்கும் பொறுப்பை சுந்தர் பிச்சை ஏற்றுக்கொண்டார். மைக்ரோசாஃப்ட், ஆப்பிள் என இருபெரும் நிறுவனங்கள் அவரவர் இயங்குதளத்தோடு சந்தையில் தீவிரமாக இயங்கிக்கொண்டிருந்த சமயத்தில் ஆண்டிராய்டை சந்தைப்படுத்துவது அவ்வளவு சுலபமான வேலையாக இருக்கவில்லை.

திறன்பேசி நிறுவனங்களுடன் கைகோத்து ஆண்டிராய்ட் போன்களை இந்தியா உள்ளிட்ட பல்வேறு நாடுகளுக்குக் கொண்டு சேர்த்தார். ஒரு பில்லியனுக்கும் அதிகமான உலகளாவிய வாடிக்கையாளர்களை ஆண்ட்ராய்ட் தளத்திற்குள் கொண்டு வந்ததில் சுந்தர் பிச்சையின் பங்கு அளப்பரியது. தற்போதைய ஆண்டிராய்ட் பயனர்களின் எண்ணிக்கை நான்கு பில்லியனுக்கு அருகில்.

ஒருகட்டத்தில் லாரின் பேஜின் எண்ணங்களைத் தீர்க்கமாகத் தெரிந்து செயல்பட்ட சுந்தர் பிச்சை, நிறுவனம் தொடர்பாக முடிவெடுக்கும் முக்கிய நபர்களின் பட்டியலில் இணைந்தார். தன்னைப் போலவே தொலைநோக்குப் பார்வையும் நிர்வாகத் திறனும் கொண்ட சுந்தர் பிச்சை மேல் லேரி பேஜுக்கு அளவு கடந்த நம்பிக்கை பிறந்தபோது, சுந்தர் பிச்சையின் எதிர்காலம் தீர்மானிக்கப்பட்டது.

மைக்ரோசாஃப்ட் நிறுவனத்தின் அப்போதைய தலைமைச் செயலதிகாரி ஸ்டீவ் பால்மர் பதவி விலக முடிவு செய்தபோது,

அந்தப் பதவிக்கு சுந்தர் பிச்சை தேர்ந்தெடுக்கப்பட வாய்ப்பிருப்பதாக ஊடகங்களில் செய்திகள் வந்தன. அவரைத் தக்கவைத்துக்கொள்வதற்காக கூகுள் நிறுவனம் ஆண்டுக்கு 50 மில்லியன் டாலர் மதிப்பிலான பங்குகளை வழங்கப் பேச்சு வார்த்தை நடத்தியது. அந்த மைக்ரோசாஃப்ட் வாய்ப்பு மற்றொரு இந்தியரான சத்ய நாதெல்லாவுக்கு பாதுகாப்பாகக் கைமாறியது.

2015ஆம் ஆண்டு கூகுள் நிறுவனம் மறுசீரமைப்பு கண்டது. கூகுள் ஆல்பபெட் நிறுவனத்தின் துணை நிறுவனமாக மாறியது. லேரி பேஜ் ஆல்பபெட்டின் தலைமைச் செயலதிகாரியாகவும் செர்ஜி ப்ரின் அதனுடைய தலைவராகவும் பொறுப்பேற்றனர். கூகுளுக்கு சுந்தர் பிச்சை தலைமையேற்பார் என்ற செய்தி டெக் உலகில் தீயாகப் பரவியது.

மிகப் பெரிய நிறுவனமான கூகுளுக்கு இந்தியர் ஒருவர் தலைமையேற்கிறாரா? யார் இந்த சுந்தர் பிச்சை என அனைவரும் தேடத் தொடங்கினர். இந்தச் செய்தி வெளியாகி பிரபல ஊடகமான வால் ஸ்ட்ரீட் ஜர்னலின் செய்தியாளர் காரக்பூர் ஐஐடிக்கு அழைத்து அவரைப் பற்றி விசாரித்தார். கல்லூரி நிர்வாகத்துக்கு அப்படி ஒருவர் அங்கே படித்ததாகக்கூடத் தெரியவில்லை. முதலில் அப்படி ஒருவர் அங்கே படிக்கவேயில்லை என்றுதான் அவரிடம் தெரிவித்தனர்.

புதிய கூகுள் நிறுவனத்தின் தலைமைச் செயலதிகாரியாக சுந்தர் பிச்சை நியமிக்கப்பட்டார். Search, Ads, Maps, Google Play Store, You-Tube, Android உள்ளிட்ட கூகுளின் அனைத்து வணிகப் பிரிவுகளின் பொறுப்பு சுந்தர் பிச்சை வசம் வந்தது. கூகுளின் தலைமைச் செயலதிகாரியாக அதிகாரபூர்வமாக நியமிக்கப்படுவதற்கு முன்பே 2014ஆம் ஆண்டு முதல் கூகுளின் அன்றாடச் செயல்பாடுகளை அவர் கவனித்து வந்தார். யாருக்கும் தெரியாத மாணவராக இருந்த சுந்தர் பிச்சை, அனைவருக்கும் தெரிந்த கூகுள் நிறுவனத்தின் தலைமைச் செயலதிகாரியாக, தாம் படித்த காரக்பூர் ஐஐடி கல்லூரிக்கு வந்து மாணவர்களிடம் உரையாடினார்.

பிப்ரவரி 2016ஆம் ஆண்டு ஆல்பபெட் நிறுவனத்தின் 273328 பங்குகளை கூகுள், பிச்சைக்கு அன்பளிப்பாக வழங்கியது. அதுதான் கூகுள் பணியாளர் ஒருவருக்கு அதிகபட்சமாகக் கொடுக்கப்பட்ட பங்குகள். அதனுடைய அப்போதைய இந்திய ரூபாயின் மதிப்பு

1368 கோடி ரூபாய். பல நிறுவனங்களின் பெரிய வாய்ப்புகள் அவரைத் தேடி வந்தபோதும் கூகுள் நிறுவனத்தின் வளர்ச்சிக்காகத் தொடர்ந்து பணிசெய்த சுந்தர் பிச்சைக்கு கூகுள் செலுத்திய நன்றிக்கடன் இது. ஃபோர்ப்ஸ் ஊடகத்தின் கணக்குப்படி சுந்தர் பிச்சையின் தற்போதைய சொத்து மதிப்பு 1.6 பில்லியன் அமெரிக்க டாலர்கள்.

நிறுவனர்கள் இருவரும் பொறுப்புகளிலிருந்து விலக முடிவெடுத்த போது 2019ஆம் ஆண்டு ஆல்பபெட் நிறுவனத்துக்கும் சேர்த்தே சுந்தர் பிச்சை தலைமைச் செயலதிகாரியாக நியமிக்கப்பட்டார்.

சுந்தர் பிச்சை தலைமை ஏற்பதற்கு முன்பிருந்தே கூகுள் நிறுவனம் அரசியல் சார்புடன் செயல்பட்டதாகவும் தகவல்களைத் தணிக்கை செய்ததாகவும் குற்றச்சாட்டுகள் முன்வைக்கப்பட்டன. இந்தக் குற்றச்சாட்டுகளின் மீதான விசாரணையில் நிறுவனத்தின் தலைமைச் செயலதிகாரியாக விளக்கம் அளிக்க சுந்தர் பிச்சை பங்கேற்றார். நிறுவனமோ அதன் பணியாளர்களோ தகவல்களைப் பயன்படுத்த முடியாது என்ற அவருடைய வாதம் பலதரப்பினரிடமிருந்தும் பாராட்டுகளைப் பெற்றது.

மதுரையில் பிறந்த சுந்தர் பிச்சை வளர்ந்ததெல்லாம் சென்னையில். சுந்தர் பிச்சையின் தந்தை ரகுநாத பிச்சை ஜெனரல் எலக்ட்ரிக் நிறுவனத்தில் எலக்ட்ரிக்கல் இஞ்ஜினீயராகப் பணிசெய்தவர். தாயார் லட்சுமி, சுந்தர் பிச்சை பிறப்பதற்கு முன்புவரை ஸ்டெனோகிராபராக வேலை செய்து வந்தார். அடிப்படைத் தேவைகளைத் தவிர ஆடம்பரமில்லாத வீட்டுச் சூழலில் அசோக் நகரில் வசித்தது சுந்தர் பிச்சையின் குடும்பம். புத்தகங்கள் படிப்பதும் மின்சாதனங்கள் தொடர்பாகத் தந்தையுடன் உரையாடுவதும் அவருக்குப் பிடித்தமான பொழுதுபோக்குகள்.

ஆரம்ப காலப் பள்ளிப்படிப்பை அசோக் நகரில் உள்ள ஜவஹர் வித்யாலயாவிலும் மேல்நிலைக் கல்வியைச் சென்னை ஐஐடி வளாகத்தில் இருக்கும் வனவாணிப் பள்ளியிலும் படித்தார். இயல்பிலேயே மென்மையான போக்குடையவர் சுந்தர் பிச்சை. கால்பந்தும் கிரிக்கெட்டும் பிடித்தமான விளையாட்டுகள். பார்சிலோனா அணிக்கும் மெஸ்ஸியின் புயல்வேக ஆட்டத்துக்கும் இவர் ரசிகர். பள்ளியிலிருந்த கிரிக்கெட் அணிக்குத் தலைவராகவும் இருந்திருக்கிறார்.

சென்னையில் அவர் வளர்ந்த காலத்தில் கடுமையான வறட்சி நிலவியதால் தண்ணீர் குறித்த ஒரு பயம் அவருக்கு எப்போதும் இருந்தது. இப்போதும் கூட அவருடைய படுக்கைக்கு அருகில் ஒரு தண்ணீர் பாட்டில் இல்லாமல் தூங்க முடியாது என்கிறார்.

இளம் வயதிலேயே சிறந்த நினைவாற்றல் திறனுடன் இருந்தவர். அவர்களது வீட்டிலிருந்த பழைய தொலைபேசியில் அவர் டயல் செய்த ஒவ்வொரு தொலைபேசி எண்ணையும் அவரால் அப்போது துல்லியமாக நினைவில் வைத்துக்கொள்ள முடிந்ததே அதற்குச் சாட்சி.

கிளவுட், செயற்கை நுண்ணறிவு எனப் புதிய தொழில்நுட்பங்களும் புதிய நிறுவனங்களும் வளர்ந்துவிட்ட இந்தச் சூழலிலும் சுந்தர் பிச்சையின் தலைமையில் தவிர்க்க முடியாத இடத்தில் கூகுள் நிறுவனம் தொடர்ந்து பயணம் செய்கிறது.

இன்று உலகமே உற்றுநோக்கும் செயற்கை நுண்ணறிவுத் தொழில்நுட்பத்தில் கூகுள் நிறுவனத்தை முன்னிலைப்படுத்தும் பணிகளில் அவர் தீவிரமாக ஈடுபட்டுவருகிறார். இன்றைய ஜெமினி அன்றைய குரோமை நினைவுபடுத்துகிறது.

நாம் எங்கிருந்து வருகிறோம் என்பதையோ நமது பின்புலம் என்ன என்பதையோ கணக்கில் கொள்ளத் தேவையில்லை. நம்மிடம் புரட்சியை ஏற்படுத்தக்கூடிய யோசனைகள் இருக்கின்றனவா என்பது மட்டுமே பொருட்படுத்தத்தக்கது என்பது சுந்தர் பிச்சையின் வார்த்தைகள் வழியாக நாம் அனைவரும் கற்றுக்கொள்ள வேண்டிய பாடம்.

★★★

அ. பாண்டியராஜன்

தேனி மாவட்டம் வெங்கடாசலபுரம் கிராமத்தில் 1984-ஆம் ஆண்டு பிறந்தவர். கணிப்பொறி அறிவியலில் இளங்கலைப் பட்டம் பெற்றவர். தனியார் தொலைத்தொடர்புத் துறையில் பணிபுரிகிறார். மெட்ராஸ் பேப்பர் இணைய இதழில் கட்டுரைகள் எழுதிவருகிறார். இவரது மூன்றாவது நூல் இது.

www.ingramcontent.com/pod-product-compliance
Lightning Source LLC
Chambersburg PA
CBHW031349230926
51848CB00002B/456
9789347206863